ऋणानुबंध पूर्वीचा

भाग २

सुजाता गोखले

प्रकाशक
अदिती अकादमी ऑफ जपानीज लँग्वेज
पुणे ४११००४

ऋणानुबंध पूर्वेचा – २

लेखिका :सुजाता गोखले (B. Pharm, M.A. Japanese)
प्रकाशक: अदिती अकॅडमी ऑफ जॅपनीज लँग्वेज (पुणे)
प्रकाशन हक्क ©सुजाता गोखले
मूल्य : ₹ ५००/-
आवृत्ती: प्रथम सप्टेंबर २०२४
मुखपृष्ठ , मलपृष्ठ, रेखाटन चित्रे : अदिती गोखले पुणे.

ISBN: 978-93-340-8901-1

गेल्या २४ वर्षात माझ्या केवळ जपानी भाषा शिकवण्यातच नव्हे तर १९९३पासून माझ्या जपानी भाषेच्या अभ्यासासाठी कायम साथ आणि प्रोत्साहन देणाऱ्या माझ्या सासुबाई

श्रीमती. उषा गोखले

यांना मी हे पुस्तक समर्पित करीत आहे.

Please scan for PhotoBook

**Password:Osaka2024

मनोगत

कोविडनंतर जपानला जायचे स्वप्न पूर्ण होणे, जपानमधल्या वेगवेगळ्या जागा पाहणे, शैक्षणिक सहल नेणे, ऋणानुबंध पूर्वेचा भाग २ लिहून पूर्ण करणे या अनेक गोष्टींबरोबरच अनेक समाधानकारक गोष्टींनी भरलेल्या २०२३ ने मला खूप काही दिले.

फेब्रुवारीमध्ये नीलमबरोबर केलेली जपानच्या थंडी मधली सहल विसरणे केवळ अशक्य. हाकोनेचे कुरो तामागो असो की तोझान रेल्वेचा प्रवास; बर्फाचा पाऊस पडत असताना बसमधून केलेला थरारक प्रवास असो की युमोतोला अंधाऱ्या रस्त्यावरून 'एअर बी एन बी'च्या घरी जाताना वाटणारी मनातली भीती; 'कासाइ'ला योगी सान यांची भेट (नचिकेतचे आभार) .... इतक्या सगळ्या गोष्टी पहिल्या १० दिवसात झाल्या.

नीलम परतल्यानंतर थोडा एकटेपणा जाणवला पण माझे ओसाका मधले १३ दिवस अत्यंत सुंदर होते. कागोशिमा, फुकुओका, ओकायामा, बिवा-को सगळेच अद्भुत नगरीत गेल्यासारखे. ओसाकाला मियाता आई-बाबांची भेट, 'इसे जिंगु'साठी मीए प्रांताची भेट, क्योतो मधला तोएइ स्टुडिओ पाहायला जाताना केलेली रानदेन मधली सफारी (सगळ्यासाठी हिरोयुकी सेनसेइंचे मन:पूर्वक आभार). ओसाकाहून टोकियोला जाताना अचानक दिसलेला अप्रतिम माउंट फुजी, म्योउदेनला मिळालेला मानकाई (पूर्ण झाड भरलेला) साकुरा, म्योउदेन मधल्या वास्तव्यात केलेला टोकियो मेट्रोचा अभ्यास, मला

भेटलेले विद्यार्थी आणि माझ्या मैत्रिणी.... आवर्जून नमूद कराव्यात अशा अनेक गोष्टींनी जपानमधील माझे मार्चपर्यंतचे वास्तव्य समाधानकारक झाले.

एप्रिल-मे मध्ये शैक्षणिक सहलीचा अनुभव नचिकेतमुळे घेता आला. त्यानंतर राहिलेल्या वास्तव्यात मी इझु बेट पाहिले ते अविस्मरणीय होते.

हे सगळे अनुभव सविस्तरपणे मी या पुस्तकात नमूद केले आहेत.

पुस्तकाचे proof reading केलेल्या चित्रलेखा गणपुले ह्या विद्यार्थिनीच्या मदतीसाठी तिचे आणि पुस्तकाचे मुखपृष्ठ व मलपृष्ठ यासाठी अदितीचे मनःपूर्वक आभार.

सुजाता गोखले

प्रस्तावना

तीस वर्षांपूर्वी परिक्षेनंतरच्या सुट्टीतील एक उपक्रम म्हणून सुरू केलेला 'जपानी भाषेचा अभ्यास' आवडला म्हणून दोन वर्ष पुढे चालू ठेवला. नंतर मात्र इतर गोष्टींना प्राधान्य दिलं गेल्याने तो पूर्णपणे विस्मृतीत गेला. आयुष्याच्या एका वळणावर त्याने पुन्हा साद घातली. पुन्हा सुरवात केली आणि त्या दोन वर्षांचा अभ्यास नव्याने केला. आता पुढे? एका चांगल्या शिक्षकाचा शोध सुरू केला. तीव्र इच्छेला अनुकूल प्रतिसाद मिळाला आणि तीस वर्षांपूर्वीची वर्गमैत्रीण 'शिक्षिका' रूपात समोर आली.... सुजाता गोखले!

मधल्या २५ वर्षांतील 'सुजाता ते सुजाता सेनसेइ' हा प्रवास जसजसा मला कळत गेला तसतसा माझ्या मनातील 'सुजाता'प्रति आदर वाढतच गेला. गेली २५ वर्ष जपानी भाषेची 'शिक्षिका' असलेल्या सुजाता सेनसेइत 'विद्यार्थिनी' असलेली सुजाता आजही पाहायला मिळते. विद्यार्थी म्हणून एखाद्या भाषेचा अभ्यास कसा करावा इथपासून त्या भाषेचा शिक्षक म्हणून काय काय आणि कसं असावं हे सांगण्यासाठी मी फक्त 'सुजाता गोखले' एवढाच उल्लेख करेन.

'वर्गमैत्रीण' म्हणून सुजाता ठाऊक होतीच. त्यांची विद्यार्थिनी बनून जपानी भाषा शिकताना 'शिक्षिका' म्हणून त्यांचे काही पैलू पाहायला मिळाले होते. ऋणानुबंध पूर्वेचा (भाग १) या पुस्तकाच्या छपाई दुरूस्ती करण्याच्या निमित्ताने त्या लेखनातून आणि त्यांच्याशी

झालेल्या अनौपचारिक गप्पांमधून लक्षात आलेला त्यांचा 'जपानमधे पर्यटन करत असतानाचा दृष्टिकोन' थक्क करणारा होता.

भाषा ही संस्कृतीचा अविभाज्य भाग आहे. त्यामुळे जिथली भाषा शिकायची तो देश-प्रदेश पाहून, तिथला इतिहास-भूगोल समजून घेणं जसं आवश्यक आहे तसंच तिथली माणसं, त्यांचे आहार-विहार, आचार-विचार समजून घेतल्याशिवाय संस्कृतीची पूर्ण ओळख होणे शक्यच नाही.

'जपानी भाषा कशी शिकवावी' हे शिकण्यासाठी जपान फाऊंडेशनची शिष्यवृत्ती घेऊन जपान देशात पाऊल ठेवले आणि तिथून सुजाता सेनसेइंचा 'याचि देही याचि डोळा' अभ्यास सुरू झाला. त्यानंतरही विविध निमित्ताने जपानच्या भेटी घडत राहिल्या. सोबत कुणी असो वा नसो, प्रत्येक भेटीत नवनवीन जागा ठरवून त्या भटकंती करतात. तिथला निसर्ग, किल्ले, मंदीरे, बागा, खाद्य संस्कृती.... इतकेच नव्हे तर माणसांचाही अखंड अभ्यास चालू असतो. पर्यटन करताना त्यांच्यातील 'जिज्ञासू विद्यार्थिनी' जशी जागी असते; तसंच भरभरून ज्ञान देण्यासाठी आवश्यक माहिती संकलीत करणारी 'शिक्षिका'ही जागृत असते.

पुस्तक वाचल्यावर एक गोष्ट प्रकर्षाने जाणवली ती ही की त्या भेट देणार असलेल्या जागांचा आधी थोडातरी अभ्यास करतात. प्रत्यक्ष भेट दिल्यावर जे वाचलं, ऐकलं त्याही पलिकडलं तिथलं आगळेपण टिपण्याचा त्या प्रयत्न करतात. ते तसं का, त्यामागील

विचारसरणी, दृष्टीकोन जाणून घेण्यास त्या फार उत्सुक असतात. पर्यटन करत असताना त्यांच्या नजरेने टिपलेल्या, बुद्धीने समजून, नोंदवून ठेवलेल्या हटके गोष्टी सांगताना त्यांची साधी, सरळ, अनौपचरिक शैली वाचकाला सहज 'जपानची सफर' घडवून आणते. जपानमधील माझ्या प्रत्यक्ष भेटीत मी एवढे बारकावे टिपू शकले असते की नाही याबद्दल शंकाच आहे.

स्टेशनपाशी असलेली माहिती केंद्रे, तिथे मिळणारी नेमकी व तत्पर सेवा; 'जे आपलं नाही त्याला हात लावायचा नाही' ही शिकवण अनोख्या पद्धतीने देणारी जपानी आई, बिवा-को'चे वर्णन; 'कितीही घेऊ शकू' असं असताना स्वतःच्या आजच्या गरजेपुरता 'फक्त अर्धा मुळा' घेऊन उरलेला परत ठेऊन, त्या मुळ्याच्या ढिगाला वाकून धन्यवाद देणारी ऐशीच्या घरातील आजी मनात खोल घर करून राहतात.

"हर्बल गार्डनला रोप-वेने जाताना संपूर्ण काचेच्या तबकडीत चढल्यावर वाटलेली भीती 'इथे सीट मशीनद्वारे लॉक केली जाईल' ही पाटी वाचताच कमी झाली" या त्यांच्या वाक्यातून जपानी तंत्रज्ञान आणि 'जसं लिहिलंय तसं नक्कीच होणार' हा विश्वास पर्यटकांच्या मनात निर्माण करण्यास जपान किती यशस्वी ठरला आहे हे दिसतंच.

पुस्तकातील मला भावलेल्या अशा अनेक गोष्टींचा उल्लेख करत राहण्याचा मोह आवरता घेत मी एवढेच म्हणेन की सुजाता

सेनसेइंची ही दोन्ही पुस्तके (भाग १ व २) ही आपल्या सर्वांसाठी फारच अनमोल भेट आहे.

-चित्रलेखा गणपुले.

१. करोना नंतरची जपान भेट

१७ ऑक्टोबर २०२२ रोजी जपान पर्यटनासाठी खुले झाले आणि २०२० मध्ये जपानला जायचे स्वप्न आता पूर्ण होणार असे दिसू लागले. २ वर्ष पैसे साठवले होते. डिसेंबर ते फेब्रुवारी या थंडीच्या ऋतूत जपानला एकदा तरी जायचे आणि शक्यतो साठीच्या आत जायचे असे ठरवले होते. ५ वर्षांसाठी मिळालेला व्हिसा तिसरे वर्ष चालू झाले तरी वापरला गेला नव्हता. फेब्रुवारीची तारीख ठरवत असतानाच बालमैत्रीण नीलम कुलकर्णी हिला विचारले. तिने माझे पुस्तक वाचून झाल्या झाल्या सांगितले होते की तुझ्याबरोबर जपानला जायचे आहे.

नोव्हेंबर मध्येच सगळी बुकिंग केली. विमानाची तिकिटे, JR पास, अशी नेहमीप्रमाणे तयारी झाली आणि जानेवारीत चीनमध्ये परत कोरोना पसरतो आहे अशा बातम्या येऊ लागल्या. छातीत धस्स झाले. परत जपान पर्यटनासाठी बंद होणार की काय, अशी चिंता वाटू लागली.

मी आणि नीलमने कुणालाच काही सांगायचे नाही असे ठरवले. यात कुठेही असा विचार नव्हता की सांगितले तर होणार नाही. मी अशा मतांची अजिबात नाही. जी गोष्ट नशिबात असते ती घडतेच. परंतु माझा २०२० मध्ये आयत्यावेळी सगळेच रद्द झाल्याचा अनुभव

मन दुखवणारा होता. उगाच चर्चा नको म्हणून आम्ही कुणालाच सांगितले नाही.

१० फेब्रुवारी ते १३ मार्च अशी तारीख ठरली. यादरम्यान नीलम सुरवातीचे ११ दिवस बरोबर असणार होती. शाळेतील मैत्रीण बरोबर असली की किती मजा येते हा अनुभव मी २०१७ मध्ये मिनू बरोबर घेतलाच होता. आता त्या अनुभवाची पुनरावृत्ती होणार असे दिसू लागले.

जपानमध्ये तुम्हाला बरेच चालावे लागते. त्याची सवय नसेल तर ती ठिकाणे बघायची मजा तुम्ही घेऊ शकत नाही, म्हणून रोज सकाळी चालण्याचा नियमित व्यायाम आम्ही दोघींनी चालू केला.

२. धाडस यात्रा

जपान हा थंड प्रदेश आहे. काश्मीरमध्ये दोन वेळा बर्फ बघितल्यामुळे 'बर्फ कसा पडतो' याचे अप्रूप मला नव्हते, परंतु थंडी कशी असते ते मात्र अनुभवायचे होते. संजय आणि अदिती व्यतिरिक्त फक्त दोन व्यक्तींना माझ्या या ट्रीपबद्दल मी सांगितले होते. एक हिरोयुकी सेनसेइ आणि दुसरा माझा विद्यार्थी नचिकेत मरकळे. दोघांच्या मते या वयात मी हे धाडस करीत होते. (मी दोघांपेक्षा वयाने बरीच मोठी असल्याने, काळजीपोटी माझे वय हा त्यांच्या दृष्टीने महत्त्वाचा भाग होता.) तसे त्यांनी एक-दोन वेळा सुचवलेही होते. परंतु एकतर मी खूप प्रतिक्षा केली होती आणि जपानमधील थंडीचा अनुभव मला घ्यायचाच होता.

अर्धी बॅग तर स्वेटर, कानटोपी, मफलर, हातमोजे, पायमोजे या गरम कपड्यांनीच भरून गेली होती. आजारी पडलोच तर, म्हणून बरीच औषधेही बरोबर घेतली होती.

नीलम बरोबरचे सुरवातीचे ११ दिवस आम्ही चिबा प्रांतामधील किताकोगाने या एका गावात एअर बी एन बी चे बुकिंग करून राहायचे ठरवले. त्याचे घरमालक श्री. युताका हे फारच मनमोकळे होते. आम्ही जपानला पोहोचण्याआधीच त्यांनी आमच्याशी 'लाईन'वर (जपानी लोकं हे ॲप वापरतात) गप्पा मारायला सुरवात केली होती. ते ५ वर्षे पाकिस्तान आणि १ वर्ष बांग्लादेश येथे राहिल्यामुळे थोडी उर्दू मिश्रित हिंदी त्यांना समजत होती. आम्हाला

आयत्या वेळेस कॅंथे पॅसेफिकची मेल आली की 'आमचे विमान नारिता विमानतळाऐवजी हानेदा विमानतळावर उतरणार आहे.'

आम्ही ते श्री. युताका यांना कळवले. त्यांनी आम्हाला हानेदाहून कसे यायचे याचे २-३ पर्याय सांगितले. त्या रात्री नेमका पाऊस होता आणि आमचे विमान साधारण रात्री ९:३०ला उतरणार होते. तिथून सगळ्या औपचारिकता होऊन बाहेर पडेपर्यंत ११ तरी वाजणारच होते आणि शेवटची ट्रेन ११:२३ची होती. दोघींकडे दोन जड बॅग्स होत्या आणि स्टेशनवर मी म्हणणारी थंडी होती. २ डिग्री तापमान होते. आम्ही लागलीच सगळे गरम कपडे चढवले आणि कसेबसे ट्रेनमध्ये चढलो. रात्री ११:३०लाही संपूर्ण ट्रेन गच्च भरलेली होती. आम्ही जवळ-जवळ एक तास उभ्याने प्रवास केला. पहिली १५ मिनिटे तर सरळ उभे देखील राहता येत नव्हते.

शेवटी हिगाशी मात्सुदो या स्टेशनवर उतरलो. श्री. युताका त्यांची गाडी घेऊन आले होते आणि आमची वाट पाहत होते. पाऊस पडत होता. त्यांनी आमच्या बॅग्स गाडीत ठेवल्या आणि आम्ही निघालो. कितीतरी वर्षांची जुनी ओळख असावी अशा आमच्या गप्पा रंगल्या.

जवळ जवळ अध्र्या तासाने आम्ही आमच्या राहण्याच्या ठिकाणी पोहोचलो. नेहमी प्रमाणेच, जसे जपानी लोकं वागतात तसेच, श्री. युताकांनी आम्हाला पोहोचल्या पोहोचल्या सगळ्या सोयी दाखवल्या. त्यांनी आमच्यासाठी रोज लागणारे सगळे सामान आणून ठेवले होते. अगदी वॉशिंग पावडर पासून ते फ्रिज मधल्या पाण्याच्या

बाटल्यांपर्यंत सगळे आणून ठेवले होते. तसेच कपन्यूडल्सची पाकिटे, कॉफी-चहाचे सॅशेही होते. गॅस, वॉशिंग मशीन, वायफाय, हीटर, कचरा कधी-कसा टाकायचा, त्याच्या पिशव्या कुठे ठेवल्यात, हे सगळे ते दाखवत होते. प्रवासाने खरंतर खूप दमलो होतो. पण जपानी लोकांचा हा स्वभाव मला माहीत असल्यामुळे मी शांत होते. आता सगळे आटपून झोपायच्या तयारीत असतानाच दरवाजा वाजला. श्री. युताका पासपोर्ट मागण्यासाठी परत आले होते. नीलमने चुकून त्यांना जुना पासपोर्ट दिला होता.

झोप अनावर झाली होती. दमलो होतो. बाहेर जी काही थंडी वाजली होती त्याचा परिणाम आत हीटर लावूनही कमी झाला नव्हता...

धाडसाच्या सफरीला सुरवात झाली होती...

३. बऱ्याच वर्षांनी टोकियो सफर

११ फेब्रुवारी पासून ते २० फेब्रुवारी पर्यंतची सगळी टूर मी आणि नीलमने जाण्याआधीच प्लॅन केली होती. त्यानुसार ११ तारखेला आम्ही टोकियो फिरायला जाणार होतो. त्यात मुख्यतः स्काय-ट्री, आसाकुसा आणि शिंजिकु हे बघणार होतो.

सप्टेंबर २०१९ मध्ये 'शुन मासुदा' हा अदिती ॲकेडमीमध्ये एक महिन्याचे प्रशिक्षण घेण्यासाठी आला होता. परत जाताना त्याने मला सांगितले होते की जेव्हा जपानला येशील तेव्हा मी तुला टोकियो दाखवेन. याचे कारण मला ओसाका टोकियोपेक्षा जास्त आवडते ते त्याला माहीत होते. तो मुळात टोकियोचा रहिवासी असल्यामुळे साहजिकच स्वतः राहण्याचे ठिकाण दाखवावे असे त्याला वाटत होते. भारतातून निघताना मी शुनला कळवले होते. ११ फेब्रुवारीला त्याने आम्हाला 'स्काय-ट्रीपाशी या' असा लाईनवर मेसेज केला.

नीलमने आंतरराष्ट्रीय रोमिंग घेतल्यामुळे मी निर्धास्त होते. कोरोना नंतर बरेच बदल झाले होते. जसे की एअर बी एन बी मध्ये पूर्वी पॉकेट वायफायची सोय होती, आता फक्त खोलीमध्ये असतानाच वापरू शकत होतो. बाहेर नेता येत नव्हते. तिकिटांचे भाव वाढले होते. खाण्याचे पदार्थ महाग झाले होते.

आम्ही ७ दिवसाचा JR पास (जपान रेल्वे पास) काढला होता आणि तो १४ फेब्रुवारी पासून चालू करणार होतो. त्यामुळे आता आम्हाला तिकीट काढून जायचे होते. किताकोगाने स्टेशनला जायला चालत २० मिनिटे लागत होती. आम्हा दोघींना आजूबाजूचा परिसर बघत चालायला आवडते. त्यामुळे आम्ही सगळे दिवस स्टेशनपर्यंत चालत जायचो आणि घरी चालत यायचो.

काही अंतर गेल्यावर नीलमने मास्क घेतला नाही हे लक्षात आले. तिथे असलेल्या दुकानात मग आम्ही मास्क खरेदी केला. कोरोना संपला तरी जपानी लोकांनी मास्क घालायचा बंद केला नव्हता. ट्रेनमध्ये, रेस्टॉरंटमध्ये मास्क अनिवार्य होता.

आम्ही स्टेशनवरचा नकाशा पाहून कुठे उतरायचे ते ठरवले आणि स्काय-ट्रीपाशी गेलो. तिथे शुनने आम्हाला हुडकून काढले. जपानमध्ये एक गोष्ट प्रकर्षाने जाणवते किंवा लक्षात ठेवावी लागते. खूण म्हणून एखादे ठिकाण ठरवले तरीही तुम्ही स्टेशनच्या कोणत्या दिशेने बाहेर पडता ते महत्त्वाचे असते. स्टेशनला पूर्व, पश्चिम, उत्तर, दक्षिण आणि मध्य हे दरवाजे असतातच शिवाय त्यात अजून एक गंमत म्हणजे तुम्ही कोणत्या 'लाईन'ने जाता त्यावर कुठून बाहेर पडता ते अवलंबून असते. शोधाशोध करण्यात वेळ जातो. एकाने बाहेर पडून तिथेच थांबायचे मग दुसरा शोधत येतो. आम्ही जिथून बाहेर पडलो तिथे उभे राहिलो आणि शुनला मेसेज केला. तो आम्हाला शोधत आला.

शुनबरोबर चालू लागलो आणि स्काय-ट्रीपाशी आलो. पाहतो तर तिथे प्लमची फुले फुललेली झाडे होती. साकुरा दिसण्याआधी प्लमचे दर्शन झाले. ही फुले साकुराच्या आधी फुलतात. मंद सुवास असलेली ही फुले परागकणांमुळे सुरेख दिसतात. गुलाबी पांढरी प्लमची फुले पाहून आम्हाला आनंद झाला. आम्ही बरेच फोटो काढले.

समोर तो भव्य स्काय-ट्री दिसला. पांढरा शुभ्र डौलदार असा स्काय-ट्री. टोकियो टॉवरच्या तिप्पट उंच टॉवर बघताना मान दुखते. सुरेख बांधकाम असलेला, पर्यटकांचे आकर्षण असलेला तो स्काय टॉवर बघताना मनात विचार येतो की सतत भूकंप होत असलेल्या या देशात १२ वर्षांपूर्वी बांधलेला हा स्काय-ट्री कोणत्या मानसिकतेमधून घडवला आहे? धाडस तर आहेच पण आधुनिक तंत्रज्ञानाचा वापर करून जगाला ते धाडस पटवून देण्यासाठी लागणारी मेहेनत, तसेच नंतर ते बांधकाम अव्याहतपणे जपण्याचा गुण हे सगळे तो टॉवर बघताना जाणवते. टोकियोच्या कोणत्याही भागातून तो दिसतो. रात्री वेगवेगळ्या सुरेख रंगाने झगमगत असतो. डोळ्यांचे पारणे फेडतो.

स्काय-ट्री बघून झाल्यावर शुनने आम्हाला विचारले की आसाकुसाला चालत जाऊया का? जपानीच तो मग तरुण का असेना चालायचे वेडच असते त्यांना. आम्ही लगेच हो म्हटले. तो म्हणाला २०/२५ मिनिटे लागतील. आम्ही मान डोलावली. थंडी होती त्यामुळे स्वेटर, मोजे वगैरे घालून चालायला आमची काहीच हरकत नव्हती.

सुमिदा नदी वाहते तिथून आसाकुसाला जाणार होतो. मला २००८, २०११ मध्ये पाहिलेले आसाकुसा जसेच्या तसे आठवत होते. २०१७ आणि २०१९ मध्ये काही जाता आले नव्हते. परंतु जपानची देवळे आणि त्या भोवतालचा परिसर कित्येक वर्षे तसाच असतो. माझ्या आठवणीतले आसाकुसा ही तसेच असणार याची मला खात्री होती.

४. आसाकुसा आणि सुमिदा नदी

आसाकुसाला चालत जात असताना सुमिदा नदी लागली. त्या नदीच्या काठाने असणारी टोलेजंग इमारतींची रांग टोकियोच्या भव्य दिव्यतेची साक्ष देत होती. दुपारच्या उन्हात चमकणाऱ्या 'आसाही बीयर'च्या ऑफिसच्या इमारतीमध्ये दिसणारे स्काय-ट्रीचे प्रतिबिंब मनाला वेड लावणारे होते. नदीतून जाणारी लॉन्च बघताना मला जपान फाऊंडेशनचे दिवस आठवले. तेव्हा आम्ही लॉन्चनेच आसाकुसाला गेलो होतो. सूर्य पश्चिमेकडे कलला होता आणि संध्याकाळच्या त्या सुखद वातावरणात नदीवरील पुलावर आम्ही थोडा वेळ थांबून तिथल्या नैसर्गिक सौंदर्याचा आस्वाद घेतला आणि पुढे चालू लागलो.

आसाकुसा येथे नेहमीप्रमाणे माणसांची गर्दी होतीच. दुतर्फा दुकाने भरलेली होती. विविध खाण्याचे पदार्थ, भेटवस्तू...... त्यात जपानी पंखे, छत्र्या, जपानी मिठाया आणि अशा बऱ्याच गोष्टींची रेलचेल दिसत होती. शुनने हळूच कुठूनतरी आमच्यासाठी 'निंग्योयाकी' नावाचा पदार्थ आणला. आत रेड बीन पेस्ट भरलेला सुरेख चवीचा पदार्थ होता. आम्ही मग देवळाकडे गेलो. नीलम प्रथमच जपानी देवळात येत होती. तिला हात स्वच्छ करण्याचे ठिकाण दाखवले. मुख्य द्वारामध्ये असलेला (त्या द्वाराला 'कामिनारी मोन' असे म्हणतात) मोठा कंदील ही आसाकुसा देवळाची खासियत आहे. आपल्याकडे कंदिलाचा तळभाग उघडा असतो, परंतु जपानी

कंदिलाचा तळभाग बंद असतो. त्यावर अतिशय सुंदर कारागिरी केलेली असते. मी अनेक कंदिलांचे तळभागाचे फोटो काढले आहेत. पाहात राहावी अशी कारागिरी आणि रंगसंगती याचा उत्तम मेळ घातलेला असतो.

देवळाच्या परिसरात फोटो काढून आम्ही निघायचे ठरवले. त्या दिवशी शुनचा वाढदिवस होता. नीलमने आणि त्याने 'इझाकाया'ला (जपानी पब) जायचे ठरवले. मला ड्रिंक्समध्ये फार रस नसतो ते त्यांना मी सांगितले होते. "तू इझाकायाला जाऊन लिंबू सरबत पिणार का?" असे मला दोघांनी चिडवले. तुम्हाला आठवत असेल तर माझ्या २०१९च्या जपान भेटीच्या वेळेस हिरोयुकी सेनसेइंसोबत नागोयामधील इझाकायाला गेले होते ते वर्णन मी लिहिले आहे. टोकियोमधील इझाकाया कसे असेल ते मला फारसे माहीत नव्हते. आम्ही ज्या इझाकायाला गेलो होतो तिथे बराच वेळ थांबावे लागणार होते म्हणून शिंजुकुला जायचे ठरले.

त्याआधी शुनने फोनवरून बुकिंग केले. ट्रेनने शिंजुकुला पोहोचलो आणि आमचे जपान रेल्वेचे पास शिंजुकुच्या जपान रेल्वे ऑफिसमध्ये जाऊन ऑक्टिवेट करून येऊ असे मी सुचवले. शुनला जपान रेल्वे ऑफिस कुठे आहे ते माहीत होते, त्यामुळे आम्ही ऑफिस बंद होण्याच्या आधी पोहोचू शकलो. जपान रेल्वेच्या जे आर पासचे काम झाले. उद्यापासून आम्ही तो वापरणार होतो. यावेळेस मात्र जे आर पास पाहून मला आश्चर्य वाटले. याआधी जेव्हा जेव्हा मी जे आर पास काढला होता तेव्हा एक बुकलेट दिले

जायचे आणि त्यावर जे आर पास चिकटवलेला असायचा. तो फक्त स्टेशन मास्टरला दाखवायला लागत असे. यावेळेस फक्त एक तिकीट होते आणि ते इतर तिकिटाप्रमाणे मशीन मधून घालून बाहेर पडायला लागणार होते. यामध्ये तिकीट मास्टरला दाखवणे, त्याने नाव आणि दिनांक तपासणे यात जाणारा वेळ वाचणार होता. वर्षानुवर्षांची पद्धत बदलली होती. कदाचित परदेशी लोकांकडून गैरवापर होत असावा आणि मशीन मात्र कधीच चुकत नाही, त्यामुळे ही पद्धत चालू झाली असावी. यामध्ये असे लिहिले होते की जर पास गहाळ झाला तर तो परत मिळणार नाही. त्यामुळे पुढचे ७ दिवस दोघींचेही पास व्यवस्थित बाळगण्याची जबाबदारी माझी होती.

त्यानंतर आम्ही शुनने बुक केलेल्या इझाकायामध्ये गेलो. शुन आणि नीलमने मस्त ड्रिंक्स मागवली, मी मात्र लिंबू सरबतच मागवले. दोघेही माझी चेष्टा करत होते की विद्यार्थ्यांसमोर फोटो किंवा व्हिडीओ जायला नको म्हणून तू पीत नाही आहेस. खरंतर मी खाण्याच्या पदार्थांत जास्त रस घेते. आम्ही तिघांनी मिळून शुनचा वाढदिवस साजरा केला. त्याला आवडणारी चितळे बाकरवडी दिली तेव्हा तो खूप खूष झाला. पुण्याची आठवण आली त्याला. सायोनारा म्हणत आम्ही त्याला परत भेटूया सांगून किताकोगानेकडे जाणाऱ्या ट्रेनमध्ये बसण्याऐवजी चुकून हिगाशी मात्सुदो (जिथे आल्या रात्री उतरलो होतो) तिथे जाणाऱ्या ट्रेनमध्ये चढलो.

दोघींच्या मनात 'हिगाशी मात्सुदो' का होते आणि तिथे का गेलो हेच समजेना. उतरून स्टेशन मास्टरला सांगितले की आम्ही चुकून इथे आलो आहोत. आम्हाला खरेतर किताकोगानेला जायचे आहे. मग त्याने आम्हाला कसे जायचे ते सांगितले. आधीच मला टोकियोमध्ये भांबवल्यासारखे होते, त्यात आम्ही आता चिबा प्रांतात राहत होतो. टोकियोला लागूनच चिबा प्रांत आहे तरीही चुकलोच. नीलमसमोर फजिती होत होती, पण ती मला समजून घेणारी आहे. आम्ही रात्री उशिरा किताकोगानेला पोहोचलो. स्टेशनवरून घरी परत जाताना कशी फजिती झाली म्हणून हसत होतो.

दुसऱ्या दिवशी सकाळी नचिकेत भेटणार होता. ठिकाण होते उएनो स्टेशन. त्यानंतर आम्ही जाणार होतो उएनो पार्कमध्ये. रात्री किती तापमान आहे ते बघत झोपी गेलो. जवळ जवळ १२/१३ कि.मी. चाललो होतो. झोप लगेच लागली.

५. उएनो पार्क आणि प्लम

नीलमचे आणि माझे एका बाबतीत छान जमते ते म्हणजे सकाळी अजिबात वेळ न घालवता तयारी करून जितके लवकर बाहेर पडता येईल तितके लवकर बाहेर पडायचे. म्हणजे पूर्ण दिवस फिरण्यासाठी हातात मिळतो.

सकाळी निघाल्यानंतर नचिकेतला मेसेज केला की किती वाजता आणि कोणत्या गेटने उएनो स्टेशनला बाहेर पडत आहोत. तरीही गोंधळ झालाच. आम्ही पोहोचल्यावर त्याचा मेसेज आला की तो कधीच पोहोचला आहे. आम्हाला तर तो काही दिसत नव्हता. शेवटी आम्ही त्याला आमचे लोकेशन पाठवले आणि तो बिचारा आम्हाला शोधत आला. त्याचे सामान त्याच्याकडे सोपवले आणि आज 'आम्ही कुठे कुठे जाऊ' असे त्याला विचारले. त्याने एक दोन ठिकाणे सांगितली. त्याआधी पार्क पाहून या असे त्याने सांगितले.

मी आणि नीलम समोर दिसणाऱ्या उएनो पार्ककडे निघालो. पार्क प्रचंड मोठे होते. अतिशय स्वच्छ आणि रस्त्याच्या दुतर्फा साकुराची पर्णहीन झाडे होती. वातावरण प्रसन्न होते. रविवार असल्यामुळे लोकं मुलाबाळांना, कुत्र्यांना घेऊन फिरायला आली होती. जपानमध्ये कुत्र्यांनाही बाबागाडीतून फिरवतात. वेगवेगळ्या जातींचे कुत्रे अगदी मजेत गाडीत बसलेले असतात. आकाराने लहान असतात. पाळायला सोप्पे. एका जपानी टीव्ही ड्रामामधले वाक्य आठवले "जपानमध्ये

कुत्रे आणि मांजरे यांची संख्या जपानी मुलांपेक्षा जास्त आहे". आणि उएनो पार्क मध्ये ही वस्तुस्थिती जाणवली.

पार्कमध्ये ठिकठिकाणी नकाशे होते. थोड्या थोड्या अंतरावर प्रसाधनगृह होती. पिण्याच्या पाण्याची सोय होती. आम्ही रमत गमत बरेच चाललो आणि तिथले श्राईन बघायचे ठरवले.

गोतो जिंगु देऊळ प्रसिद्ध आहे ते छोट्या तोरिइ आणि कारामोन (छप्पर असलेले दार) ह्या दोन गोष्टींमुळे. केशरी रंगाच्या तोरिइ मला नेहमीच भुरळ घालतात. इथल्या तोरिइ उंचीने कमी होत्या. त्यात वाकून जावे लागत होते. पुढे गेल्यावर देवळाकडे जाताना असलेल्या वाटेच्या दुतर्फा सुरेख दिवे होते. जमिनीलगत असणारे हे दिवे काचेचे तर होतेच पण त्यांचे वैशिष्ट्य असे की प्रत्येक दिव्यावर सुरेख उकियो-ए (एदो काळातील चित्रे) रेखाटलेली होती. उकियो-ए पाहून मला त्या काळात गेल्यासारखे वाटते. मी अधाशासारखे सगळ्या दिव्यांचे फोटो काढले. जमिनीलगत असल्यामुळे पाऊस, बर्फ, ऊन यामुळे ते दिवे थोडे जुनाट झाले होते. परंतु त्यांच्या आकर्षणाचा तोच तर एक भाग होता.

पुढे जाऊन पाहतो तर मंदीर बंद होते. त्याचे सोन्याचा वर्ख लावलेले दार दिसत होते. त्याच्या बाजूला दोन ड्रॅगन होते. अतिशय सुरेख कोरीव काम केलेले हे दार १६५३ मध्ये (एदो काळात) हिदारी जिंगू नावाच्या कारागिराने तयार केले होते.

तिथून बाहेर येत असताना पुन्हा काही प्लमची झाडे आणि फुले दिसली. ही गुलाबी, पांढरी फुले फारच सुरेख होती. त्यात पराग होते. साकुरा सुरेख की प्लमचे फूल सुरेख हे ठरवणे अशक्य झाले. मी आणि नीलमने खूप फोटो आणि व्हिडिओ काढले. मन काही भरत नव्हतं. निसर्गाचे रूप, मग ते फुलांमध्ये असो की पर्वत, नद्या, सागर यामध्ये असो मानव काही कॅमेऱ्यात बंदिस्त करू शकत नाही. मनाचे आपले समाधान की मी फोटो काढला. डोळ्याने बघून तृप्त होणे हेच खरे. याचा अनुभव मला पुढच्या काही दिवसात अनेक वेळा आला.

उएनो स्टेशनवरून खाली उतरलो तर रस्त्याच्या दुतर्फा खाण्याची असंख्य दुकाने आणि छोटी हॉटेल्स होती. आम्ही मग भरपूर भाज्या असलेले उदोन खायचे ठरवले. बरेच चाललो होतो आणि भूकही लागली होती. उदोनसाठी कूपन घेतले आणि सीटवर बसलो. कूपन ज्या बाईला दिले तिने सफाईदारपणे मोठ्या बाऊलमध्ये उदोन घालून दिले. आता फजिती नीलमची होणार होती, कारण तिथे चमचे नव्हते आणि चॉपस्टिक्सने खाणे तिला अवघड जात होते. शेवटी त्या जपानी बाईला दया येऊन तिने फोर्क आणून दिला.

तिथून मग आम्ही थोडी खरेदी केली. तिथल्या बाजारात फिरलो. अनेक प्रकारचे सुकवलेले मासे विकायला होते. त्यात छोटे खेकडे, कोळंबी, मासे, इत्यादी होते. रसरशीत टोमॅटो, मोठमोठाले स्वच्छ आले, कांदे-बटाटे असे विकायला बसलेले स्टॉल्स बघत पुढे जात होतो. घ्यावेसे वाटत होते इतके ते सुरेख मांडून ठेवले होते. पण

घेऊन करणार काय? जेवण बनवण्यात वेळ गेला असता. नीलमकडे फक्त १० दिवस होते. त्यात फिरण्याला प्राधान्य होते. दृष्टी-सुख घेत घेत मग परत स्टेशनवर आलो. संध्याकाळ झाली होती. मी नीलमला विचारले, "टोकियोला जाऊया का?" ती हो म्हणाली.

मग आम्ही मारू नो उचीला जाणारी ट्रेन पकडली.

६. मारू नो उची

'मारू नो उची'चा अर्थ वर्तुळाच्या आत असा होतो.

चियोदा वॉर्डमध्ये टोकियो स्टेशन आणि इंपिरियल पॅलेस (राजाचा राजवाडा) याच्यामध्ये हा भाग आहे. मोठमोठ्या इमारती, जपानच्या प्रमुख 3 बँकांची ऑफिसेस असलेला हा भाग पर्यटकांचे आकर्षण आहे. प्रशस्त पटांगणाच्या चौफेर उंच इमारती आहेत आणि समोर टोकियो स्टेशनची भव्य इमारत आहे. जपानचे दोन झेंडे दोन बाजूला कायम वाऱ्यावर फडकत असतात. मध्यभागी सूर्याचा लाल भडक गोळा असलेले हे पांढरे शुभ्र झेंडे फारच सुरेख दिसतात.

मी अनुपमाबरोबर पॅलेस समोरची बाग बघायला २००८ मध्ये आले होते. त्यानंतर आज १५ वर्षांनी पुन्हा नीलमसोबत त्या बागेत जावे असे वाटले. थोडा वेळ स्टेशन समोरच्या मोकळ्या भागात मनसोक्त वाऱ्याचा आणि थंडीचा अनुभव घेऊन आम्ही त्या बागेकडे निघालो.

टोकियो ही राजधानी आहे आणि राजधानीला शोभेल असेच तिथले रस्ते आहेत. पॅलेसकडे जाताना मधे स्वच्छ पाण्याचा नाला लागतो. त्यात बदके आणि हंस पोहत असतात. तिथून आम्ही बागेत गेलो. १५ वर्षांपूर्वी पाहिलेली ती बाग अजूनही तशीच होती. पाण्याचे तुषार उडवणारे कारंज, अनेक रंगीबेरंगी फुले, बाजूला असलेले स्टार-बक्स सगळे तसेच होते. सूर्य बुडत होता आणि थंडी वाढत होती.

संध्याकाळच्या प्रकाशात त्या बागेचे देखणेपण अजूनच खुलले होते. थंडी वाढली आणि आम्ही स्टेशनकडे चालू लागलो.

रस्त्याच्या दोन्ही बाजूला जी पर्णहीन झाडे होती त्यावर नाजूक दिव्यांची आरास केली होती. सगळी झाडे नाजूक दिव्यांनी उजळून निघाली होती. फुलांची कमतरता त्या दिव्यांनी भरून काढली होती. थंड प्रदेशात जेव्हा पानगळ होते तेव्हा एक प्रकारचे औदासिन्य येऊ शकते. ते न येण्यासाठीच ही आरास केली असावी. किती मनाकमोहक दिसत होते ते दृश्य! मी आणि नीलमने त्या दिव्यांनी नटलेल्या झाडांखाली जाऊन स्वतःचे फोटो काढले. मन अगदी लहान मुलासारखे झाले होते. ती आरास पाहून त्या थंडी मध्येही बागडावेसे वाटत होते.

शहराचे सुशोभिकरण मग ते कसे वेगवेगळ्या प्रकारे करावे ते जपानकडून शिकावे. फुलाचे ताटवे असोत की पाण्यात सोडलेले रंगीबेरंगी मासे, कागदाचे सुरेख कंदील असोत की दिव्यांच्या नाजूक माळा. दुकाने, झाडे, तलाव, रस्ते सगळे कसे स्वच्छ, सुरेख, मनाला आनंद देणारे.

अनु आणि मी पुन्हा कधी जपानमध्ये किंवा टोकियोमध्ये भेटू, हे माहीत नाही परंतु २००८ मध्ये अनुने जिथे माझे फोटो काढले होते त्या जागा पाहताना तेव्हाच्या खूप आठवणी आल्या. डोळे त्या थंडीतही भरून आले. नेहमी पर्यटक म्हणून जाणारी मी, परत त्या

जागी कधीना कधी तरी काहीना काही कारणाने जाते हे ऋणानुबंध नाहीत तर काय आहे?

आम्ही आज मात्र किताकोगानेची ट्रेन पकडून नीट घरी आलो. उद्या निक्कोला जायचे असे आमचे ठरले होते. मात्र हवामानाच्या अंदाजानुसार उद्या पाऊस पडणार होता. आणि कदाचित निक्कोला जाता येणार नव्हते.

७. अप्रतिम, अविस्मरणीय, सुरेख हाकोने

आमचा कालचा दिवस पावसाने फुकट घालवला होता. पावसात आणि थंडीमध्ये निक्कोला जायचे नाही असे ठरवले आणि आम्ही कितीकोगानेच फिरून पाहिले. रात्री श्री. युताकाला मेसेज केला की आता आम्ही ३ दिवस नाही आहोत. हाकोनेची बॅग भरून लवकर उठण्यासाठी लवकर झोपी गेलो.

सकाळी लवकर उठून शिंजुकुला गेलो. तिथे हाकोनेचा दोन दिवसाचा पास काढला. हाकोनेमध्ये कुठेही फिरताना बस, ट्रेन, लॉन्च, केबल-कार या सगळ्यासाठी हा पास खूप उपयोगी पडतो. शिंजुकुहून ओदावारा आणि तिथे ट्रेन बदलून यूमोतो असे जावे लागते. साधारण ९० मिनिटे लागतात. ओदावारा स्टेशनसुद्धा सुरेख होते. तिथे आम्ही थोडी खरेदी केली आणि युमोतोला गेलो.

युमोतोला उतरलो तर समोर रोमान्स कार नावाची ट्रेन दिसली. पर्यटकांना आकर्षित करण्यासाठी पूर्ण मोठ्या खिडक्या असलेली सुरेख निळ्या रंगाची ही ट्रेन आहे. तिकीट थोडे जास्त होते आणि "आता कसला रोमान्स?" म्हणून आम्ही आपले साध्या ट्रेनने युमोतोला गेलो.

आमचे २ रात्री आणि ३ दिवसाचे एअर बी एन बी चे बुकिंग युमोतो स्टेशनला नीलमच्या भाच्याने केले होते. आम्हाला तिथे दुपारी ३

वाजता चेक-इन करायचे होते. परंतु तुम्ही एअर बी एन बीच्या मालकाच्या परवानगीने सकाळी फक्त बॅग्स ठेवू शकता. तशी आम्ही त्याला विनंती केली होती. त्याने युमोतोला पोहोचलात की बॅग्स ठेवू शकता असा आम्हाला मेसेज पाठवला होता.

यूमोतोला उतरल्यावर पहिले काम होते ते एअर बी एन बीचे घर शोधणे. नीलमच्या मोबाईलमध्ये लोकेशन शोधत आम्ही निघालो. त्या लोकेशनबद्दल आम्ही आधी थोडे वाचले होते. हाकोने हे जपानच्या कानागावा प्रांतात कांतो या भागात आहे. थंड प्रदेश असलेले हाकोने अनेक गोष्टींसाठी प्रसिद्ध आहे. त्यात मुख्यतः गरम पाण्याचे झरे (ओनसेन), ओपन म्युझियम (भारतामध्ये हंपी येथे ओपन म्युझियम आहे), माउंट फुजीचा अप्रतिम देखावा, आशि तलाव, सुंदर शिंतो देवळे आणि नैसर्गिक सौंदर्य ही हाकोनेची खास आकर्षणे आहेत. हाकोने पाहायचे मी आणि नीलमने जपानला जायचे ठरल्यापासूनच प्लॅन केले होते.

आम्ही जिथे राहणार होतो तो भाग डोंगरांनी आच्छादलेला होता. सभोवताली डोंगर, दूरवर दिसणारी बर्फाच्छादित शिखरे, वाहत जाणारी डौलदार नदी, त्यावरील जपानी पद्धतीचे ते सुरेख केसरी रंगांचे बांध.... वाह! युमोतोने मनाला भुरळ घातली. रस्ते अगदी निमुळते आणि वळणदार होते. उतार होता म्हणून बॅग्स घेऊन आरामात चालत होतो. १५-२० मिनिटे चालल्यावर निर्जन भाग सुरु झाला. एका बाजूला डोंगर आणि एका बाजूला काही विरळ वस्ती. "ह्या भागात संध्याकाळचे बाहेर फिरू नका" अशा काही लोकांच्या

सूचना व समीक्षा होत्या. कारण होते जंगली अस्वलांचा वावर. त्यामुळे संध्याकाळच्या आत परत येण्याचे आम्ही ठरवले. थोडी भीती वाटत होती पण नैसर्गिक सौंदर्याच्या आनंदापुढे ती अगदीच नगण्य होती.

घर शोधून बॅग्स ठेवून परत स्टेशनला यायला निघालो.

८. बर्फ आणि तारांबळ...

स्टेशनवर माहिती केंद्र होते. तिथे जाऊन आज काय काय बघता येईल? राऊंड ट्रीपला किती वेळ लागेल? ती कुठपासून कुठपर्यंत आहे? कसे जायचे? इत्यादी सगळे विचारून आमचा प्लॅन आम्ही ठरवला. आज युमोतोमध्ये फिरायचे आणि उद्या सगळीकडे जायचे असे ठरले.

तोझान रेल्वे ही जगातील दुसऱ्या क्रमांकाची रेल्वे आहे, जी अत्यंत कठीण घाट चढते. पहिल्या क्रमांकाची रेल्वे आहे स्वित्झरलंडची. दोघी सिस्टर रेल्वे म्हणून ओळखल्या जातात. ओदावारा स्टेशनपासून युमोतो स्टेशनपर्यंतची रेल्वे १९१९ मध्ये सुरू झाली आणि युमोतोच्या पुढे असलेल्या 'गोरा' स्टेशनपर्यंत १९३० मध्ये सुरू झाली. अतिशय तीव्र चढाव असल्यामुळे ट्रेनला तीन वेळा ट्रॅक बदलावा लागतो. ट्रेन चालकाच्या सफाईदार आणि व्यवस्थित चालवण्याचे कौतुक करावे तितके कमीच आहे. डोंगराळ भागातून बांधलेली रेल्वे मी अनेक ठिकाणी पाहिली आहे. भारतात, कोकणात किंवा माथेरानला जाताना, जपानमध्ये कोयासानला जाताना. परंतु हाकोनेमधील रेल्वे मात्र या सगळ्यांपेक्षा सरस वाटली. असा रेल्वे- मार्ग बांधणे, ते सुद्धा १९१९ मध्ये किती कठीण असेल! आणि ते काम इतके अचूक, दर्जेदार आहे की आजतागायत ती रेल्वे अखंड चालू आहे. फक्त खूप बर्फ पडला तर बंद ठेवावी लागते.

आम्ही गोरापर्यंत जायचे ठरवले. तिथे ओपन एअर म्युझियम आहे ते बघून यावे असे ठरवले. त्या सुरेख रंगाच्या ट्रेनमधे चढताना मुलांच्या स्वप्ननगरीतील ट्रेनमधे चढतो आहोत असेच वाटत होते. ट्रेन चालक दिसेल अशी सीट पकडली. तिथून मला व्हिडिओ घेता येणार होता. ट्रेन निघाली. मी आणि नीलमच नाही तर ट्रेन मधले सगळे पर्यटक दिसणाऱ्या निसर्गसौंदर्याने थक्क झाले होते. डोंगर बर्फाने आच्छादले होते. परंतु बर्फ खूप नव्हता. बर्फ पडायला नुकतीच सुरवात झाली होती. त्यामुळे झाडांचा गर्द हिरवा रंग आणि पांढरा शुभ्र बर्फ याचे मनोहारी दर्शन होत होते. जसजशी ट्रेन डोंगराचा घाट चढू लागली तसतसा बर्फ गडद होऊ लागला.

गोरा स्टेशन आले आणि आम्ही उतरलो. आता पंचाईत होती. बर्फ पडत होता आणि आमच्याकडे छत्र्या नव्हत्या. आता काय करायचे? पण आधी जेवायचे होते कारण भूक लागली होती. स्टेशनसमोरच एक रेस्टॉरंट होते तिथे धावत आत शिरलो. मी तेंपुरा उदोन आणि नीलमने तेंपुरा राईस बाऊल घेतला. खूप चविष्ट आणि गरम जेवण होते. पैसे भरताना त्या बाईला विचारले, "छत्री कुठे मिळेल?" ती म्हणाली, "बाजूलाच सेवन इलेवन आहे. तिथे मिळेल."

मग आम्ही बाहेर पडलो. अंगावर पाऊस पडतोय असं वाटतंय न वाटतंय तोच कळलं की तो बर्फ आहे. पाणी पडताना त्याचा बर्फ होत होता. दोघींनी फक्त नाचायचं बाकी होतं. कितीही झालं तरी निसर्गाची ही काही गंमत असते, जी तुम्ही लहान मूल होऊनच त्याची मजा घेऊ शकता. पाऊस, हिमवर्षाव यामध्ये भिजून आजारी

पडू का याची फिकीर मुलांना नसते, ती असते फक्त मोठ्यांना. आम्ही अंगावर ते स्नो फ्लेक्स घेत हसत होतो. पण छत्री घेण्याशिवाय पर्याय नव्हता. पुढे सगळे पाहायचे होते. खरेतर भारतातून येताना मी एक छत्री आणली होती आणि श्री. युताकाने एअर बी एन बीमध्ये ही छत्र्या ठेवल्या होत्या. पण आम्ही हाकोनेला येताना नेमक्या आणायच्या विसरलो. त्यातल्यात्यात स्वस्त छत्र्या विकत घेऊन बाहेर पडलो. बर्फाचा पाऊस जास्त जोरात सुरू झाला होता. अशा वातावरणात ओपन म्युझियम बघायचा नाद आम्ही सोडला आणि बसने पुढे जायचे ठरवले.

९. बसचा प्रवास आणि.... !

बसने जाऊन थोडे फिरून येऊ असे ठरवून आम्ही आलेल्या बसमध्ये चढलो. बस वळणे घेत घाट चढायला लागली. आता पावसाचा जोर वाढला होता. बर्फ जास्ती पडायला लागला होता. रस्त्याच्या दुतर्फा बर्फाने झाकलेली झाडे, घरांची कौले दिसू लागली. त्या पांढऱ्या शुभ्र निसर्गाच्या राज्यात बस झोकदार वळणे घेत चालली होती. कुणालाही उतरायचे नाहीये अशा थांब्यांवर बस थांबत नव्हती. उतरायचे असेल तर बटन दाबायचे असते. एक थांबा आला आणि काही प्रवाशांनी बटन दाबले. बस थांबली आणि बसमध्ये होते नव्हते तेवढे सगळे प्रवासी उतरून गेले. आम्ही बाहेर बघतो तर एक सुरेख प्रचंड मोठे आणि रंगीत (जिंजा) शिंतो देऊळ होते. बस निघाली आणि मी नीलमला म्हटले, "अगं, उतरायला हवं होतं की काय?" पण आता वेळ निघून गेली होती. आम्हाला बसचा मार्ग माहीत नव्हता, त्यामुळे आम्ही समजत होतो की येताना असेच परत येणार असू आणि तेव्हाही देऊळ बघता येईल.

बराच वेळ झाला तरी बस थांबण्याचे चिन्ह काही दिसेना. कोणीच उतरणारे प्रवासी नव्हते आणि आम्ही मध्येच कुठे उतरणार या जंगलात? त्यातून बर्फ पडत होता. बाहेर दिसणारी सुरेख दृश्ये बघत बस कुठे थांबणार याची वाट बघत होतो. थोड्या वेळाने मनात शंका येऊ लागली की बस नक्की कुठे जाणार? तिथून परत कसे येणार? मी नीलमला म्हटले, "अगं, हा थांबत नाही आहे. काय करायचं?"

नीलम म्हणाली, "आता थांबेल तिथे उतरू." तसं जपान कुठेच भीती वाटण्यासारखे नसते. परंतु आम्हाला शक्यतो रात्र होण्याआधी घरी परत जायचे होते. आत्ता कुठे दुपारचे ३ वाजत आले होते. परंतु थंडी आणि बर्फ यामुळे संध्याकाळचे ६ वाजून गेले असावेत असे वाटत होते.

बाहेर बर्फाच्छादित झाडे बघताना विचार आला की आपण मजा म्हणून एक-दोन दिवस येतो. परंतु इथे राहणाऱ्या लोकांचे आयुष्य कसे असेल? सतत होणारा हिमवर्षाव, घरासमोर साठणारा बर्फ, हात पाय गोठवून टाकणारी थंडी.... कसे मात करत असतील इथे राहणारे लोकं या थंडीवर? मला कातो सेनसेइ (ऋणानुबंध पूर्वेचा २०११ मध्ये ज्यांच्याकडे राहिलो होतो ते कातो सेनसेइ) सांगायचे, "तुमच्याकडे जो सूर्याचा उदारपणा आहे, जे ऊन आहे, ते किती अमुल्य आहे त्याची तुम्हाला जाणीव नाही. बर्फाच्या प्रदेशात राहून बघा मग कळेल. आम्ही जपानी लोकं वेळेवर सगळी कामे करतो त्यामागे या निसर्गांचा फार मोठा वाटा आहे. दारासमोर ५-६ फूट बर्फ साठला आणि काही आणायला बाहेर जावे लागले तर आधी तो बर्फ फोडून काढावा लागतो. त्यामुळे आधीच सगळी बेगमी करतो. सगळी कामे वेळेवर करतो. कधी त्सुनामी येऊन सगळं वाहून जाईल माहीत नसते. कधी भूकंप होऊन कोण राहील, कोण जाईल माहीत नसते. वेळेवर कामे केली की मग आपण काही करायचे ठेवले नाही असे समाधान तरी असते. बाकी सगळे त्या निसर्गाच्या हाती..."

बाहेरचा बर्फ बघत असताना मला कातो सेनसेइंची ही वाक्ये आठवली. डोळे पाणावले. समोरचा बर्फ धूसर झाला आणि शेवटचा स्टॉप आला ते कळलंच नाही.

उतरलो आणि बघतो तर काय.... समोर अथांग पसरलेला आशि तलाव!!!

१२. अलीबाबाची गुहा...

अलीबाबा जेव्हा गुहेमध्ये शिरला तेव्हा समोरचा खजिना पाहून त्याचे डोळे दिपले. तसेच काहीसे आमचे झाले. ध्यानीमनी नसताना, दुसऱ्या दिवशी ज्या तलावामधून प्रवास करणार होतो तो, आशि तलाव अचानक समोर दिसला! त्यातल्या त्या सुरेख बोटी, दूरवर दिसणारे, फोटोमध्ये नेहमी पाहिलेले केसरी रंगाचे तोरिइ (जिंजाचे द्वार), आजूबाजूची सुरेख, कौलारू घरे, वेगवेगळी रेस्टॉरंट्स, कॅफेटेरिया, तलावसमोर असलेल्या जागेतील बर्फामध्ये फुलणारी फुले, नीटनेटका बस डेपो... सगळं कसं स्वच्छ, मनमोहक, आनंददायक! हेच का ते हाकोने, जिथे येण्यासाठी कसे यावे, काय-काय बघावे यासाठी लोकं यू-ट्यूबवर असंख्य व्हिडिओ टाकत असतात! आपले काश्मीर, सिमला जितके सुंदर आणि निसर्गरम्य आहे तितकेच हाकोनेही आहे. हाकोनेचे वेगळेपण हे माउंट फुजीचे असणे आणि तेथील गरम पाण्याचे झरे यात आहे.

अजून बऱ्याच जागा बघायच्या होत्या आणि युमोतो फिरायचे होते म्हणून आम्ही पुढची बस कधी सुटणार ह्याची चौकशी करायला बसडेपो मध्ये गेलो. युमोतोची बस ४ वाजता सुटेल असे त्या कर्मचाऱ्याने सांगितले. आणि ४ वाजायला ५ मिनिटे होती. आम्ही बसकडे जाऊन थांबलो. २ दिवसाचा पास काढला होता तो फक्त बस चालकाला दाखवायचा होता. तो दाखवून बसमध्ये चढलो. आशि तलावात उद्या प्रवास करायचा आहे या विचारानेच मन आनंदी

झाले होते. परतीच्या प्रवासाचा रस्ता वेगळा होता. जंगल नव्हते. छोटी सुबक गावे असणाऱ्या रस्त्याने आम्ही परत जात होतो. बर्फ पडायचा थांबला होता. गावे सुरेख रस्ते, अनेक रंगीबेरंगी फुले, छोटे ब्रीज, छोटी देवळे यांनी नटलेली होती.

युमोतो आले आणि आम्ही उतरलो. युमोतो स्टेशनच्यासमोर जो रस्ता होता त्याच्या दोन्ही बाजूला असंख्य छोटी रेस्टॉरंट्स, खाण्याची, आइस्क्रीमची, सोविनिअर्सची दुकाने होती. दुकानासमोर रांगा लागल्या होत्या. एके ठिकाणी चीज केक आपल्या समोर गरम गरम करून देत होते. ते आम्ही घेतले. खूप मस्त होते. तरुण तरुणींचा किलबिलाट होता. छोटी मुले फारशी दिसत नव्हती. आमच्यासारख्या काही म्हाताऱ्या विदेशी महिला दिसत होत्या. परंतु प्रामुख्याने तरुण पिढी जास्त होती. हाकोने आहेच रोमांचक. रात्री घरी परतलो आणि लक्षात आले की युनिव्हर्सल चार्जर विसरलो आहोत. झाले!! आता मोबाईल चार्ज होणार नव्हता. उद्याचा पूर्ण दिवस जायचा होता. तातामीच्या खोलीत फुतोन पसरवताना आणि अंगावर गुबगुबीत पांघरूण घेताना मी आणि नीलमने फोन कधी कोणी वापरायचा ते ठरवले. मी चांगले व्हिडिओ काढते असं आपलं तिचं मत आहे. त्यामुळे व्हिडिओ मी काढायचे आणि फोटो तिने असे ठरले. किताकोगानेला जाईपर्यंत बॅटरी पुरवायची होती. उद्याचा दिवस कसा असणार आणि या एअर बी एन बीच्या होस्टला युनिव्हर्सल चार्जर बद्दल फीड बॅक द्यावा अशा गप्पा मारत झोपी

गेलो, कारण आज सुद्धा जवळ जवळ १४-१५ किलोमीटर चाललो होतो.

आज अचानक दिसलेल्या आशि तलावात उद्या सफर घडणार होती.

११. ओवाकुदानी आणि रोप-वे

दुसऱ्या दिवशी आम्हाला एअर बी एन बीचे घर १० वाजता सोडायचे होते. आम्ही आदल्या दिवशी लॉकर्स पाहून ठेवले होते. जपानमध्ये कुठेही जा, प्रत्येक स्टेशनवर किंवा स्टेशनच्या बाहेर जवळच लॉकर्स असतात. पर्यटकांना बॅग लॉकरमध्ये ठेवून मोकळ्या हाताने फिरता यावे यासाठी वेगवेगळ्या आकारमानाचे लॉकर्स असतात. ५००-७०० येन भरून ते दिवसभरासाठी वापरता येतात. सामान ठेवून आधी ते लॉक करायचे आणि उघडताना कॉइन टाकून अनलॉक करायचे. मी आणि नीलमने दोघींच्या बॅग्स ठेवून कॉफी प्यायला जायचे ठरवले. ८ वाजले होते त्यामुळे फारशी रेस्टॉरंट्स उघडली नव्हती. एक कॉफी शॉप मात्र उघडले होते.

आज दिवसभर राऊंड ट्रीप होती. प्रथम ट्रेनने गोरापर्यंत जाऊन तिथून केबल कारने जायचे होते. नंतर रोप-वेने ओवाकुदानीला जायचे होते.

केबल कारमध्ये बसलो आणि अक्षरशः ६० डिग्री मध्ये केबल कार चढू लागली. इतका चढ होता की उभे राहून फोटो किंवा व्हिडिओ काढणे केवळ अशक्य होते. खिडकीतून जो काही व्हिडिओ घेता आला तेवढाच. मधे काही स्टेशन्स होती, तिथे लोक चढत-उतरत होते. कदाचित अनेक दिवस राहण्यासाठी आले असावेत आणि तिथल्या हॉटेलमध्ये राहत असावेत असा आम्ही अंदाज बांधला.

कारण सगळीकडे बर्फ होता. छोट्या चालण्याच्या वाटा दिसत होत्या. केबल कारने आम्हाला रोप-वे स्टेशनपर्यंत सोडले.

रोप-वे पूर्ण काचेचा होता. त्यामुळे चौफेरचे दृश्य दिसणार होते. हाकोने हा जिवंत ज्वालामुखी असलेला पर्वत आहे. सल्फरचा पर्वत असल्यामुळे सतत त्याच्या वाफा येत असतात. हाकोने उष्ण पाण्याच्या झऱ्यांसाठी प्रसिद्ध आहे. रोप-वेने जाताना खाली पाहिले तर माणसे मुंग्यांइतकी दिसू लागली होती. सल्फरच्या वाफा दिसू लागल्या. ओवाकुदानीला पोहोचण्याआधी मधे एका स्टेशनवर थांबवतात. तिथून तुम्हाला समोरच्या नैसर्गिक दृश्यांचे फोटो काढता येतात. हवामान चांगले असल्यास माउंट फुजी दिसतो. परंतु त्या दिवशी नेमका पाऊस होता, त्यामुळे फुजीचे दर्शन काही झाले नाही.

तिथून पुढे ओवाकुदानी अजून उंचीवर होते. तिथे पोहोचल्यावर जे काही विहंगम दृश्य दिसत होते त्याचे वर्णन करणे केवळ अशक्य! सुरेख पर्यटन स्थळ असलेले ओवाकुदानी बर्फाच्छादित होते. समोर काही दुकाने दिसत होती, आणि जे कायम यु-ट्यूबवर किंवा फोटोमध्ये पाहिले ते कुरो-तामागो दिसले. कुरो म्हणजे काळे आणि तामागो म्हणजे अंडे. सल्फरमुळे उकडलेल्या अंड्याचा बाहेरील भाग पूर्णपणे काळा होतो. असे एक अंडे खाल्ले की वयोमान ७ वर्षांनी वाढते असा समज आहे. तिथे ४ अंडी ५०० येनला (साधारण ३०० रुपये) होती. २-२ अंडी नुसतीच खायची जीवावर आल्याने तो बेत सोडून दिला. आमच्या प्रत्येकी १४ वर्षे आयुष्य वाढवण्यावर पाणी सोडून बाहेर पडलो.

बाहेर, मोठ्या काळ्या रंगाच्या अंड्याचे प्रतीक अतिशय सुरेख दिसत होते. तुम्ही म्हणाल, काळे अंडे आणि सुरेख? परंतु पांढरा शुभ्र बर्फ आणि त्यात ते उभे केलेले काळेभोर अंडे, त्यावर पांढरा रंग वापरून लिहिलेली 'ओवाकुदानी' ही अक्षरे.... त्यामुळे नजारा काही औरच होता!

बाहेर येतो न येतो तोच फुजी टेलिव्हिजनच्या लोकांनी आम्हाला मुलाखतीसाठी विचारले. आम्ही काय तयारच होतो. त्यांनी हाकोनेबद्दल आणि जपानबद्दलचा आमचा अभिप्राय, पर्यटनाचे कारण, असे बरेच प्रश्न विचारले. मी जपानी भाषेमधून संवाद साधत असल्यामुळे ते खूष झाले होते. कारण ते इतर देशातील लोकांची इंग्लिशमध्ये मुलाखत घेत होते. मजेचा भाग म्हणजे त्यांनी आम्हाला कार्यक्रमाचे चॅनल आणि वेळ सांगितली, पण आम्ही नंतर विसरून गेलो. तिथे मी नीलमचे आणि नीलमने माझे असे बरेच फोटो काढले.

जपान पर्यटन स्थळांची एक खासियत मला आवडते ती म्हणजे जिथे कुठे तुम्ही जाता तिथून निघण्याची तुम्हाला कोणतीही घाई गडबड करावी लागत नाही. व्यवस्थित शांतपणे ते स्थळ बघता येते. तिथल्या निसर्गाचा पुरेपूर आनंद घेता येतो. याचे कारण म्हणजे ठराविक वेळाने सतत उपलब्ध असलेली प्रवासाची वेगवेगळी साधने. कुठेही धावपळ, गोंधळ, गडबड, माणसांची आरडा-ओरड, नंबर लावण्यासाठी चढाओढ, त्यातून होणारे वाद हे आजपर्यंत जपानमध्ये मला दिसले नाही. बाकी लोकं इतर देशांमधे हे असेच अनुभव घेत

असावेत, पण जपानचे वेगळेपण तो आशियामधला देश असूनही जाणवते. सहलीचा, पर्यटनाचा खरा आनंद मिळावा यासाठी प्रत्येक बारीक-सारीक बाबतीत लक्ष दिले गेले आहे. कितीही संख्येने पर्यटक असले तरी रांगेमध्ये फार काळ वाट बघावी लागत नाही. मग तो रोप-वे असो की केबल-कार, बोट असो की बस!

आम्ही परत एकदा रोप-वेने आशि तलावाकडे गेलो. उतरलो तर जणू काही स्वप्ननगरीमधे आलो आहोत असे वाटत होते. थोडी पावसाची भुरभुर सुरू झाली होती आणि आम्ही बोटीकडे जाऊ लागलो. वेगवेगळ्या नक्षीदार आणि सजवलेल्या बोटी तिथे उभ्या होत्या. त्यात समुद्र-चाचे ज्या बोटींमधून प्रवास करायचे तशाच एका बोटीत आम्हाला चढायचे होते.

१२. आशि तलावातील सफर

आम्हाला आशि तलावाकडे नेण्यात आले आणि बोटित चढताना लक्षात आले की अनेक विदेशी लोकं, तसेच जपानी लोकं सुद्धा प्रथम आल्यासारखे उत्साहित होते. कोणी व्हिडिओ काढत होते तर कोणी फोटो. मी बोटींचे काही फोटो काढले. कुठेही भडक वाटणार नाही अशी काळजी घेऊन अतिशय आकर्षक रंगाने रंगवलेल्या बोटी बघताना हे कळत होते की असे रंग का वापरले असावेत. आजूबाजूला सगळा पांढराशुभ्र बर्फ होता. आशि तलावाच्या बाजूने असणारे डोंगर त्यावरील झाडे हे सगळे बर्फाने आच्छादले होते. त्यामध्ये उठून दिसतील अशाच या बोटी रंगवल्या होत्या. बोटीच्या बाजूला आदबशीर कर्मचारी उभे होते. आमची तिकिटे पाहून आम्हाला आत सोडत होते. थोड्या वेळाने बोट सुटली.

अंगावर येणारा तो थंड वारा, पाण्याचे उडणारे तुषार, सभोवतालचा बर्फ, आशि तलावाचे फेसाळते पाणी, बाजूने जाणाऱ्या सुरेख बोटी, दूरवर दिसणारे लाल रंगाचे तोरिइ, सूर्य किरणांमुळे चमकणाऱ्या बर्फाच्या सोनेरी डोंगरकडा.... कुठे पाहू आणि कुठे नको असे झाले होते! हा प्रवास असाच चालू रहावा, संपूच नये असे वाटत होते. मी आणि नीलम दोघीही हाकोने बघायचे ठरवले यासाठी खूष होतो. जसे यू-ट्यूबवर पाहिले होते तसेच सगळे आम्ही करू शकलो. अनेक पर्यटकांनी यू-ट्यूबवर असे व्हिडिओ पोस्ट केल्यामुळे आपल्याला खरेच चांगले मार्गदर्शन मिळते. बऱ्याच गोष्टी आधी कळतात आणि

बुकिंग वगैरे करून वेळ व पैसे कसे वाचवायचे याचेही मार्गदर्शन मिळते. परदेशी प्रवास आणि तो स्वतः करायचा असेल (म्हणजे कोणत्याही प्रवास कंपनी मार्फत करायचा नसेल) तर आपण जास्तीत जास्त चांगल्या जागा; ते ही योग्य पैसे खर्च करून पाहू शकतो. हे मी आता जपानला सहाव्यांदा येत होते त्यामुळे चांगलेच कळायला लागले होते. त्यासाठी मात्र त्या देशाची योग्य माहिती हवी. हाकोनेला आम्ही भर थंडीत आलो होतो. पुढच्या वेळी यायचे तर साकुरा बघायला असे मी आणि नीलमने ठरवले आणि बोटीतून उतरलो.

युमोतोला जाऊन लॉकरमधून बॅग घेऊन परत किताकोगानेला जायचे होते. आमच्या दोघींचे फोन पूर्ण डिस्चार्ज झाले होते. घरी जाऊन कधी एकदा परत सगळे व्हिडिओ आणि फोटो बघतो असे झाले होते. ट्रेनने परत येत असताना हाकोने मधला तो बसचा प्रवास, तोझान रेल्वेने केलेला घाटातील प्रवास, ओवाकुदानी मधला बर्फ, कुरो तामागो आणि अविस्मरणीय आशि तलाव हेच आठवत होतो.

उद्या आम्हाला नाराला जायला निघायचे होते. रात्री हाकोनेबद्दल बोलता बोलता दोघींना झोप लागली.

१३. नारा

मी नारा आणि तोदाइजी देऊळ अनेक वेळा पाहिले आहे. परंतु हिवाळ्यात आणि खास करून पानगळ झालेली असताना मात्र मी जपानला प्रथमच येत होते. त्यामुळे नीलमला दाखवायच्या निमित्ताने हिवाळ्यामधला नजाराही पाहावा असे ठरवले.

नारा माझे आवडते शहर आहे. शांत आणि सुबक आहे. आम्ही ज्या एअर बी एन बीमध्ये राहणार होतो ते स्टेशनपासून थोडे लांब होते. चालत साधारण २० मिनिटे. त्यामुळे आम्हाला गाव फिरून बघता येणार होताच शिवाय व्यायामसुद्धा होणार होता. रूम अतिशय छान होती आणि गॅलरीमध्ये छोटी बाग होती. तिथे टेबल-खुर्च्या होत्या, ज्यावर बसून आम्ही सकाळचा चहा प्यायचो.

इन्फॉर्मेशन सेंटरला जाऊन आधी देवळाची वेळ विचारून घेतली कारण थंडीमध्ये दुकाने, देवळे सगळे ५ वाजता बंद होते. तोदाइजी सुद्धा ५ वाजता बंद होणार होते म्हणून आधी तिथे जायचे ठरवले. मधे डियर पार्क लागते. परंतु ती हरणे तुमच्या पाठी-पाठी येतात त्यामुळे मी आणि नीलमने तिथे उतरायचे नाही असे ठरवले. देवळाजवळ बसने उतरलो आणि चालू लागलो. बसस्टॉपपासून देऊळ १५ मिनिटे अंतरावर आहे. फार गर्दी नव्हती. माणसे तुरळक दिसत होती. पण तो परिसरच इतका भव्य आहे की माणसांची गर्दी जाणवत नाही. पानगळ झालेली असली तरी आधी पाहिलेले हिरवेगार मैदान आता पिवळसर रंगाच्या गवताने नटले होते. काही

वेगळेच दृश्य होते ते! तीव्र हिवाळ्यामुळे पानगळ होऊन सगळ्या झाडांची फक्त खोडे आणि फांद्या राहतात. पर्णहीन झाडांना पालवी यायला वेळ असतो. तरीही त्याकाळात सुकलेले गवत असो की ते पसरलेले मैदान असो.... त्याला असे काही स्वरूप दिलेले असते की पाहात राहावे! शिशिर ऋतू म्हणजे काही लोकांना थोडे नैराश्य येते, उदासीन वाटते. अती थंडीमुळे अनुत्साह वाटतो. निसर्ग थोडा आराम करत असतो आणि रंग बदलत असतो. त्या बदलत्या रंगांना कसे आपलेसे करावे ते ह्या लोकांकडून शिकावे. डोळ्यांना सुखावणारे ते मैदान... त्याच्यासमोर असलेले ते मंदीर, ती नीरव शांतता, मध्यभागी असलेल्या लामण दिव्यावरचा तो बासरी वाजविणारा कृष्ण! जपानमध्ये हिंदू देव अनेक ठिकाणी आहेत. त्यापैकी मोराचे पीस डोक्यावर असलेला आणि बासरी वाजविणारा कृष्ण मात्र तोदाईजी इथे पाहून थक्क व्हायला होते. त्याच्याच शेजारी उभी बासरी वाजवत असलेला बुद्धही कोरला आहे. मनसोक्त फिरून झाल्यावर तिथून बस पकडून परत स्टेशनला आलो.

संध्याकाळ झाली होती. 'फुशिमि इनारि' जिंजाला जाऊ असे ठरले. २०१७ मध्ये मिनू आणि कोजिमा सेनसेइ यांच्या बरोबर फुशिमि इनारि हे शिंतो धर्माचे देऊळ पाहिले होते. परंतु तेव्हा आम्हाला कोजिमा सेनसेइंनी बसने नेले होते. आज आम्ही ट्रेनने तिथे जात होतो.

फुशिमि इनारि या नावाचे स्टेशन आहे आणि त्याच्या समोरच जिंजाचे तोरिइ आहे. अतिशय भव्य आणि सुरेख 'फुशिमि इनारि'

त्याच्या १००० तोरिइसाठी प्रसिद्ध आहे. केसरी आणि हिरव्या रंगाचा सुरेख मेळ घालून रंगवलेले ते देऊळ संध्याकाळच्या सोनेरी प्रकाशात न्हाऊन निघाले होते. कोल्हा हा देवदूत आहे आणि त्याचा तांदुळाच्या लोंब्या हा नैवेद्य आहे. काही कोल्ह्यांच्या गळ्यात सोन्याच्या ओंब्या दिसत होत्या. काहींना लाल रंगाचे बिब घातले होते. नैवेद्य म्हणून 'कित्सूने उदोन' हा पदार्थ कोल्ह्याला दिला जातो. मागच्या वेळेप्रमाणे यावेळेसही आम्ही संध्याकाळी पोहोचल्यामुळे १००० तोरिइ पार करून जाऊ शकणार नव्हतो. नीलम आणि मी थोडे पुढे जाऊन परत आलो. थंडी वाढली होती.

स्टेशनवर जाऊन नाराला परत जायचे होते. ट्रेन यायला बराच वेळ होता. प्लॅटफॉर्मवर जोराचा वारा होता आणि थंडी पण बरीच वाजत होती. दात थंडीमुळे वाजू लागले होते. आम्ही रोज थर्मल वेअर त्यावर ड्रेस आणि वरून मोठे जॅकेट असे तर घालत होतोच याशिवाय हातमोजे कानटोपी मास्क हे सुद्धा घालत होतो. इतकी सगळी तयारी करून सुद्धा थंडीपासून काही सुटका नव्हती. ट्रेन यायला वेळ होता आणि आमचा बर्फ व्ह्यायला लागला होता. तिथल्या वेंडींग मशीन मधून गरम पेये घेतली आणि अंगात थोडी ऊब आणली. कधी एकदा खोलीवर पोहोचतो असे झाले होते. नारा स्टेशनहून घरी जाताना जेवूया असा विचार करून एक-एक रेस्टॉरंट बघतो तर बंद झालेली होती. आता काय करायचे? घरी खाण्यासाठी काहीही नव्हते. थोडे पुढे गेलो तर एक इझाकाया चालू होते. मग काय लगेच आत शिरलो.

तरुण मुलगा आणि मुलगी ते इझाकाया चालवत होते. आम्ही त्याला सांगितलं बीफ नसेल ते काहीही चालेल. नीलमला साके (तांदुळाची वाईन) प्यायची होती, ती इच्छा इथे पूर्ण झाली. मोठ्ठा बाउल भरून भात, त्यावर चिकनचे बेक केलेले पिसेस, भरपूर सलाड आणि गरम मिसो सुप अशी मस्त डिश होती. आम्हाला प्रचंड भूक लागली होती आणि थंडी वाजत होती. त्यात आम्ही ते जेवण गप्पा मारत कधी संपवलं ते कळले नाही. टीप देणे-घेणे जपानमध्ये अपमान समजतात, नाहीतर खरंच त्या दोघांना आम्ही घसघशीत टीप ठेवली असती. अन्नदाता सुखी भव! जपानी भाषेत 'गोचीसोसामा देशिता' असे म्हणून दोघांचे मनापासून आभार मानत बाहेर पडलो.

दुसऱ्या दिवशी आम्ही जाणार होतो, क्योतोला. नीलमला कियोमिझुदेरा बघायचे होते. अजून काय काय बघता येईल असा विचार करत आम्ही झोपी गेलो.

१४. आकर्षक क्योतो

मिनू असो की नीलम दोघींनी मला सांगितले होते की आम्ही पहिल्यांदा जपानला येत आहोत तर तू न बघितलेल्या जागांवर जरी गेलो तरी आम्हाला काही हरकत नाही. मी २०१९ मध्ये भारतात परत येण्याच्या आदल्या दिवशी केवळ अर्धा दिवस क्योतोला येऊन गेले होते. तेव्हा फक्त हाचिमांगु देऊळ पाहिले होते. मला स्वतःला कियोमिझुदेरा अत्यंत आवडते म्हणून मी आणि नीलमने आधी तिथे जायचे ठरवले. त्यानंतर पुढचे ठिकाण ठरवू असे ठरले.

'कियोमिझुदेरा' हे बुद्ध धर्माचे दरीमध्ये बांधलेले देऊळ मला नेहमीच आकर्षक वाटत आले आहे. आज निळेशार आकाश निरभ्र होते. पावसाचे अजिबात चिन्ह नव्हते. असे वातावरण कियोमिझुदेराचा डोंगर चढून जायला फारच योग्य होते. चढत असताना पहिले दुकान लागले ते 'ताकोयाकी'चे (ऑक्टोपस पासून बनवलेला एक पदार्थ). आपले अप्पे जसे दिसतात तसाच हा पदार्थ दिसतो. त्यावर मेयोनिज आणि सॉस घालून देतात. खरेतर ताकोयाकी खायचा तो ओसाकाला. परंतु समोरून ताकोयाकीचा खरपूस सुगंध येत होता आणि चढ चढून जायचा होता त्यामुळे आम्ही इथेच खायचा विचार केला. ताकोयाकी बनवणारा जपानी माणूस अगदी बोलघेवडा होता. त्याच्या दुकानात दोन बायका त्याचा इंटरव्ह्यू घ्यायला आल्या होत्या. त्यासुद्धा जपानीच होत्या. आम्ही त्यांच्याबरोबर जपानी बोलायला लागताच कमालीच्या आश्चर्यचकित

झाल्या. आम्ही मग गप्पा मारत ताकोयाकी फस्त केले. नीलमला नशीबाने आवडले. मला एक काळजी नेहमी असते. मला आवडणारे जपानी पदार्थ दुसऱ्याला आवडतीलच असे नाही, त्यामुळे मी फारसा आग्रह करत नाही. परंतु खाण्या-पिण्याचे नीलमचे अजिबात चोचले नाहीत. सहचर असा असला की सहल मजेदार होते.

पुढे चढून गेल्यावर एक छोटी बाग दिसली. तिथे फोटो काढायच्या निमित्ताने आम्ही थोडी विश्रांती घेतली. वर चढून पाहतो तर काय.... निरभ्र निळ्याशार आकाशाच्या पार्श्वभूमीवर देवळाचे पॅगोडा पाहून डोळ्याचे पारणे फिटत होते. दरीमधील झाडांची पानगळ झाली होती. हीच झाडे साकुरा फुलतो तेव्हा किंवा शरद ऋतूमध्ये चिनारची पाने लाल रंगाची होतात तेव्हा संपूर्ण दरी रंगीबेरंगी करतात. वर चढताना आलेला थकवा गार वाऱ्याने पूर्ण निघून गेला होता. तिथल्या परिसरातील पुतळे, देवळाची घंटा, पॅगोडा याचे दर्शन घेतल्यानंतर आम्ही उतरायचे ठरवले. उतरताना आम्ही माच्चा आइस्क्रीमची मजा घेतली.

क्योतो स्टेशनला परत आल्यानंतर मी नीलमला विचारले की आता तुला कुठे जायचे आहे ते सांग. ती म्हणाली, "वेळ असेल तर आराशियामाला जाऊ." माझ्या मनातलंच बोलली ती. २०१७ मध्ये मिनू आणि कोजिमा सेनसेइ यांच्याबरोबर आराशियामाला गेले होते. पण तेव्हा फार कमी वेळ मिळाला होता. आज बऱ्यापैकी वेळ होता. बस पकडून आराशियामाला निघालो. क्योतोमध्ये कितीही वेळ फिरले तरी कधीही कंटाळा येत नाही. सुरेख देवळे, स्वच्छ रस्ते,

प्रदूषण नसलेली हवा, नियम पाळणारा ट्रॅफिक हे जपानमधे सर्वत्र असते. तरीही क्योतो काही वेगळेच आहे, ते त्याच्या सांस्कृतिक श्रीमंतीमुळे, अजूनही जपलेल्या कलांमुळे, वेगवेगळ्या आकर्षक सणांमुळे आणि मन भारावून टाकणाऱ्या निसर्गामुळे!

आराशियामाला उतरलो आणि आता मनसोक्त फिरायचे असे ठरवले.

१५. बांबूच्या वनात

आराशियामा हे निसर्गाने मुक्तहस्ते उधळण केलेले अतिशय सुरेख ठिकाण आहे. नयनरम्य नदी तिच्या बाजूला आराशि डोंगर, बांबूचे वन, शिंतोचे सुबक देऊळ आणि असंख्य आकर्षक दुकाने यांनी नटलेले 'आराशियामा.'

पर्यटकांना आकर्षित करणारे, युगुलांना हवेहवेसे वाटणारे, मुलांना हुंदडावे असे वाटणारे आणि वयोवृध्द लोकांना शांततेत वेळ घालवावा असे वाटणारे वातावरण आराशियामाला होते. नीलम आणि मी नदी काठच्या रस्त्याने चालू लागलो. बांबूच्या वनाकडे तो रस्ता जात होता. २०१७ मध्ये जेव्हा मी इथे आले होते तेव्हा संध्याकाळ झाल्यामुळे कोजिमा सेनसेइंनी मला आणि मिनुला बांबूच्या बनात जाऊ नका असे बजावले होते. त्यामुळे राहून गेलेले बांबूचे बन आज बघायला मिळणार होते. इंस्टाग्रामवर अनेक फोटो पाहिलेले बन आज प्रत्यक्ष बघणार म्हणून खूप उत्सुकता होती.

मुख्य रस्त्यावरून डावीकडे वळल्यावर काही पावले चालले की दोन्ही बाजूने कमान होईल असे उंच बांबूचे बन दृष्टीस पडते. नुसत्या त्या देखाव्यानेच मनाला शांतता मिळते. हिरव्यागार बांबुमुळे रस्त्यावर सूर्यकिरणे जेमतेम पोहोचत असल्यामुळे भर उन्हातही गारवा जाणवत होता. तशीही थंडी होतीच त्यामुळे आम्ही स्वेटर, कॅप, मोजे या सगळ्या जय्यत तयारीनिशीच गेलो होतो. शिंतोचे एक सुबक छोटे देऊळ दिसले. तिथून पुढे गेलो तर दोन्ही बाजूने असंख्य बांबूची

झाडे होती. जपानमधे बांबूचा वापर बऱ्याच ठिकाणी होतो आणि त्यासाठी बांबूची जंगलतोड केली जाते. मात्र लागवडही तितकीच केली जाते. शिंतो धर्मात झाडांना देव मानले जाते. त्यामध्ये बांबू हे एक महत्त्वाचे झाड आहे.

आराशियामाचे स्टेशन तर फारच सुरेख सजवले होते. वेगवेगळ्या रंगीबेरंगी रेशमी किमोनोची कापडे खांबांवर गुंडाळून रांगेत उभी ठेवली होती. त्या कापडांचा पोत, तलमता आणि रंग दृष्टीवेधक होती. तिथे माणसांना बसायला बाके ठेवली होती. विश्रांती घेता घेता तिथून ती किमोनोची कापडे असलेले खांब बघता येतील अशी व्यवस्था होती. जवळच खाण्याची दुकाने, फ्री वायफाय ह्या सोयी होत्या. आम्ही तिथे बऱ्यापैकी विश्रांती घेऊन मग परतीच्या वाटेवर निघालो. आराशियामाला शरद ऋतुंमध्ये नक्की यायचे असे मनात मी ठरवले.

नाराला परतायचे होते.

उद्या आम्ही ओसाकाला जाणार होतो. मी जवळ जवळ ४ वर्षांनी ओसाकाला जाणार होते. हिरोयुकी सेनसेइंना भेटणार होते. २०१९ च्या ओसाकाच्या अनेक आठवणी अजूनही स्पष्ट आठवत होत्या. कधी एकदा माझ्या आवडत्या शहरी जाते असे मला झाले होते.

१६. ओसाका.. माझे माहेर !

वाचकांना वाटेल ओसाका हे का बरं माहेर वाटते आहे या लेखिकेला? त्यापाठी अशी भावना आहे की माझ्या आई-वडिलांच्या नंतर माझे सासू-सासरे जरी त्या ठिकाणी असले तरीही काहीतरी ऋणानुबंध असल्यासारखे ओसाकामधेही माझे आई-बाबा आहेत असे मला २०१९च्या ओसाका भेटीत जाणवले होते. ते आई-बाबा म्हणजे 'मियाता कुटुंब'. हिरोयुकी सेनसेइंच्या आई-बाबांना मी २०१९ मधे पहिल्यांदा भेटले होते. परंतु जशी काही जुनी ओळख असावी असे आमचे भेटणे होते. त्यांच्याशी गप्पा मारत असताना, त्यांच्याबरोबर जेवत असताना, त्यांना भारताबद्दल गोष्टी सांगत असताना कधी जाणवलेच नाही की हे कोणी परके आहेत. दोघंही अत्यंत प्रेमळ, भरभरून बोलणारे, काळजी करणारे, माझ्यासाठी व्यस्त व्यवसायातून वेळ काढणारे मला माझ्या आई-वडिलांच्या ठिकाणी आहेत असे वाटले. या वेळीही त्यांना भेटायला मला जायचे होते. परंतु नीलमच्या १० दिवसांच्या वास्तव्यात ते शक्य नव्हते. आम्ही ओसाका थोडे फिरून किताकोगानेला परत जाणार होतो. सकाळी १० वाजता ओसाका स्टेशनच्या ग्रानवीया या हॉटेलच्या लाउंजमध्ये सेनसेइंना भेटायचे ठरले.

मी आणि नीलमने नाराचे एअर बी एन बी सोडले आणि ओसाकाची ट्रेन पकडली. ओसाका स्टेशनवर सेनसेइंना त्यांच्या भेटवस्तू देऊन,

आमच्या मोठ्या बॅग्स लॉकरमधे ठेवाव्यात आणि त्यानंतर ओसाका फिरावे असे आमचे ठरले.

हॉटेल ग्रानवीया शोधून आम्ही लाउंजमध्ये जाणार इतक्यात हिरोयुकी सेनसेइ स्वतःच बाहेर आले. त्यांना तिथे भेटवस्तू दिल्या. मग त्यांनी आम्हाला कॉफी पिण्यासाठी आमंत्रित केले म्हणून आम्ही त्यांच्याबरोबर आत शिरलो.

मेनू कार्ड आले आणि सेनसेइंनी विचारले, "कोणती कॉफी घेणार?" मी आणि नीलम मेनू कार्ड बघत होतो तर सगळ्यात स्वस्त कॉफी १००० येन (६४०रुपये) इतकी होती. जर आपण दूध आणि साखर सांगितली नाही तर ते ब्लॅक कॉफीच आणून देतात हा माझा अनुभव आहे.

मी नीलमकडे बघितले, ती ही माझ्याकडेच बघत होती. सेनसेइंना माहीत आहे की मला ब्लॅक कॉफी अजिबात आवडत नाही त्यामुळे त्यांनी विचारले, "मिल्क आणि शुगर किती सांगायची?" मी म्हटले, "अगदी थोडी." सेनसेइ वेट्रेसला ऑर्डर देत असताना नीलम मला हळू आवाजात म्हणाली, "मी कार्डने पेमेंट करते."

जपानी माणसासमोर आम्ही शक्यतो मराठी बोलत नाही. ते अयोग्य वाटते. मी तिला म्हटले, "सेनसेइ आपल्याला देऊ देणार नाहीत. तू त्यांना मी देते, मी देते असे करू नकोस. ते जपानी लोकांना आवडत नाही. मी नंतर बघेन त्याबद्दल. तू आत्ता विचार करू नकोस."

ती १००० येनची कॉफी दूध आणि साखर घालून चविष्ट लागत होती. त्याचा वाफाळता सुगंध त्या कॉफीची चव घेण्याआधीच, चव कशी असेल हे सांगत होता. गप्पांमध्ये त्या नाजुक कपातील कॉफी कधी संपली तेच कळले नाही. नीलमचा बील देण्याचा प्रयत्न सेनसेइंनी हाणून पाडला आणि आम्ही हॉटेलमधून बाहेर पडलो. आता लॉकर्स शोधायचे होते.

बरेचसे लॉकर्स भरलेले होते. जो रिकामा मिळाला तिथे कॉइन्स चालणार नव्हती. कार्डने पेमेंट होते. आता आली का पंचाईत! आम्हा दोघींकडे कार्ड नव्हते. मग आमचे गुरू धावून आले. त्यांनी त्यांचे ICOCA कार्ड (जपानमध्ये अशी कार्ड बस तिकीट, ट्रेन तिकीट, रेस्टॉरंट मध्ये कूपन काढणे यासाठी उपयोगी आणि सोयीस्कर असतात) आम्हाला दिले. खरेतर यानंतर ते त्यांच्या ऑफिसमध्ये आणि आम्ही ओसाका फिरायला जाणार होतो. त्यामुळे ते कार्ड माझ्याकडे राहणार होते. सेनसेइ म्हणाले, "राहू दे तुमच्याकडे." खरेतर २०१९ मध्ये त्यांनी मला एक ICOCA कार्ड काढून दिले होते. पण मी ते यावेळी नेमके आणायला विसरले होते. नीलमला नारिता विमानतळावर सोडल्यानंतर मी परत १४ दिवसांसाठी ओसाकाला राहायला येणार होते तेव्हा परत करेन असे मी सेनसेइंना सांगितले. त्यांनी काही काळजी करू नकोस माझ्याकडे दुसरी कार्ईस आहेत असे सांगितले आणि आमचा निरोप घेतला.

त्यांना नाम्बाला जाऊन तिथून तामाझुकुरीला (त्यांची कंपनी तामाझुकुरीला आहे) जायचे होते. ३० मिनिटे येणे आणि जाणे असा

१ तास आणि हॉटेल मधला अर्धा तास असा दीड तास त्यांनी आमच्यासाठी वेळ काढला होता. सुट्टी नसलेल्या दिवशी कामातला दीड तास कोणासाठी काढणे हे जपानी माणसाच्या स्वभावात नाही. पण हिरोयुकी सेनसेइ वेगळे आहेत. ते इतर जपानी माणसा सारखेच वर्षभर काम करत असतात. रविवारी सुद्धा कंपनीमधे जातात. पण जेव्हा भारतातून त्यांना भेटायला कोणी येते तेव्हा ते वेळेकडे पाहत नाहीत. मागे नचिकेतने त्यांना काही भेटवस्तू देण्यासाठी नाम्बा स्टेशनवर बोलावले होते तेव्हा ते असेच कामातून वेळ काढून गेले होते. इतकेच नाही तर त्यांनी मला हे सांगून ठेवले आहे की तुझ्या जपानमधील कोणत्याही विद्यार्थ्याला किंवा विद्यार्थिनीला कशाचीही मदत लागली तर मला सांग. अगदी पैसे, खाण्याचे पदार्थ इतर गरजेच्या वस्तू यासाठी कधीही असे वाटून घेऊ नकोस की मी कसे सांगू? फक्त जर कोणी आजारी पडले आणि दूर असले तर मात्र मी जाऊ शकणार नाही. ती काळजी त्यांना घ्यायला सांग. असा हा जपानी माणूस. त्यांना आमच्याकडून, माझ्या विद्यार्थ्यांकडून कसलीही अपेक्षा नसते. त्यांनी स्वतःहून कधीही काही हवंय, भारतातून येतेस तर हे घेऊन ये, ते घेऊन ये असे मला सांगितले नाही. उलट ओझे होते त्यामुळे काहीही आणू नकोस असे ते नेहमी मला सांगतात. नीलम केवळ दुसऱ्यांदा त्यांना भेटत होती पण तिलासुद्धा त्यांचा चांगला स्वभाव लगेच कळला. केवळ बिल भरले की माणूस चांगला होतो असे नाही; तर दुसऱ्यावर विश्वास दाखवणे, त्या व्यक्तीची काळजी घेणे, मान ठेवणे यामुळे माणूस

कसा आहे ते कळते. माझ्या आयुष्यात खास आणि महत्त्वाच्या व्यक्ती मोजक्याच आहेत. त्यापैकी एक हिरोयुकी सेनसेइ आहेत.

आम्ही लॉकरमध्ये बॅग्स ठेवून ओसाका फिरायला निघालो.

उमेदा हे ओसाकाचे दुसरे नाव आहे. दक्षिण बाजूला आले की उमेदा स्टेशन आहे. तिथून 'उमेदा स्काय' ही टोलेजंग इमारत दिसते. ओसाका हे 'वैशिष्ट्यपूर्ण इमारती बांधकामा'साठी प्रसिद्ध आहे. त्यापैकी ही एक. २०१९ मध्ये मी 'आबे नो हारूकासू' या तेंनोजी इथल्या ६० मजली इमारतीच्या ६०व्या मजल्यावर गेले होते. तसे आता उमेदा स्कायला जाऊया असे नीलमला सुचवले.

१७. उमेदा स्काय आणि ओम राईस

आम्ही सेनसेइंबरोबर फोटो काढले आणि त्यांचा निरोप घेऊन उमेदा स्कायकडे निघालो. वाटेत उमेदा स्टेशनच्या पायऱ्या उतरत असताना मी आणि मिनूने जिथे मजेत वेळ घालवला होता ते फ्लोटिंग गार्डन दिसले. त्याच्या बाजूला आइस बेडवर मुले आइस स्केटिंगचा आनंद घेत होती. आम्ही ते पाहत रस्ता ओलांडून उमेदा स्कायकडे आलो.

३५ मजली इमारत होती आणि त्याला ३३व्या मजल्यावर निरीक्षण गृह (observetory deck) होते. आम्ही सरकत्या जिन्याने चढायला सुरवात केली. ते सगळे फारच रोमहर्षक होते. इतक्या उंचीवर जात असताना दोन्ही बाजूला काच असल्यामुळे होणारे ओसाकाचे दर्शन, त्याच बरोबरीने त्या उंचीची मनातून आणि पोटातून वाटणारी भीती, या जोडीला कमी की काय म्हणून नीलमने सांगितल्यामुळे एका हातात फोन धरून त्याच्या कॅमेऱ्याने घेतलेला व्हिडिओ.... सगळेच मजेदार आणि तितकेच पोटात गोळा आणणारे होते. मी कधीही अम्युझमेंट पार्कमध्ये जाऊन राईड घेत नाही. मला त्याची फार भीती वाटते. उंचीची भीती नाही पण अधांतरी असल्याची भीती मात्र वाटते. हवेत असताना विमानात असणे आणि उंचीवर उघडे झुलणारे झोपाळे किंवा पोटाला पट्टे बांधून राईडमधे बसणे यात फार फरक आहे.

३३व्या मजल्यापर्यंत सरकता जिना होता. त्यानंतर ७०० येनचे तिकीट काढून ३५व्या मजल्यावर जायचे होते. आम्ही ३३व्या

मजल्यावरूनच ओसाकाचे दर्शन घेतले. तिथे अनेक सोविनिअर्सची दुकाने होती. आम्ही थोडा वेळ विंडो शॉपिंग केले आणि खाली उतरलो.

तोपर्यंत दुपारच्या जेवणाची वेळ झाली होती. उमेदा स्टेशनच्या बिल्डिंगमध्ये ७व्या मजल्यावर असंख्य रेस्टॉरंट्स आहेत. खूप चविष्ट आणि वेगवेगळे पदार्थ खायचे असतील तर एकदा तरी भेट द्यावी अशी ही जागा आहे. मी ओसाकाच्या वास्तव्यात इथे एकदा तरी येतेच. नीलमला 'ओम राईस' कसा असतो ते अनुभवायचे होते. मग या ठिकाणाहून अधिक चांगली जागा कोणती? मी आणि नीलम मग ७व्या मजल्यावर गेलो. पाहतो तर सगळी रेस्टॉरंट्स भरलेली होती. बाहेर बसायच्या खुर्च्यांवर माणसे नंबर लावून वाट बघत बसलेली होती. आम्हीपण नंबर लावला. साधारण १५ मिनिटे थांबावे लागले. आतून आलेल्या जपानी तरुणीने आम्हाला आत बोलावून बसायची जागा दाखवली आणि मेनू कार्ड दिले.

जपानमध्ये आधी ग्रीन टी आणून ठेवतात. थंडीमध्ये गरम ओलसर टॉवेल हात-तोंड पुसण्यासाठी आणून देतात. उन्हाळा असला की हाच पांढरा शुभ्र टॉवेल बर्फात ठेवून थंड ओलसर केलेला असतो. तुम्हाला जेवणाआधी फ्रेश वाटावे यासाठी ही खबरदारी घेतली जाते. या टॉवेलला जपानी भाषेत 'ओशिबोरी' म्हणतात. खरेतर टिश्यू पेपर वापरणारा हा समाज. मात्र काही जुने रीती-रिवाज अजूनही रेस्टॉरंट्समध्ये पाळले जातात. घरी आलेल्या पाहुण्याला त्याने हात-पाय धुतले की आपण कसा टॉवेल पुढे करतो तसाच हा प्रकार. मला

ओशिबोरी हा प्रकार खूप आवडतो. ते टॉवेल अगदी मऊ असतात. चेहेऱ्यावर ठेवले की तरतरी येते. थकवा निघून जातो. आम्ही २ ओम राईसची ऑर्डर दिली. त्याचा सेट मेनू होता. म्हणजे सोबत एक डेझर्ट असणार होते.

ओम राईस म्हणजे अंड्याचे ऑमलेट केलेले असते त्याच्या आतमध्ये आपल्या फ्राईड राईस सारखा भात भरलेला असतो. ऑमलेट एकदम मऊ, हलके व फुगीर असते. आकर्षक दिसण्यासाठी वर टोमॅटो केचप घातलेले असते. नीलमला ओम राईस खूप आवडला. मग थोडे ओसाका फिरून आम्ही किताकोगानेला जाण्यासाठी शिनओसाकाला आलो. आता बुलेट ट्रेनने टोकियोला जायचे होते. म्हणजे किताकोगानेला जाईपर्यंत संध्याकाळ होणार होती.

क्योतो, नारा, ओसाका हा कानसाइ (पश्चिम जपान) भाग नीलमला खूप आवडला होता. माझ्या दोन्ही बालमैत्रिणींना (२०१७ मध्ये मिनू आणि आता नीलम) मी जपान जेवढे शक्य तेवढे दाखवून आनंद दिला याचे मला खूप समाधान वाटले. त्या दोघीही माझ्या भरवशावर जपानला आल्या होत्या. माझी कुठेतरी एक जबाबदारी होती की त्यांची ही सहल आनंददायी व्हावी. आम्हाला कुठेही कसलाही त्रास झाला नाही. अडचणी आल्या नाहीत. आता नीलमला भारतात परत जायला २ दिवस राहिले होते. मला तिची खूप सवय झाली होती.

उद्या योगेंद्र पुराणिक यांची भेट घ्यायची होती. मनात बरेच विचार चालू असताना टोकियो आले आणि आम्ही उतरलो.

१८. योगी म्हणजेच योगेंद्र पुराणिक....
भेट आणि गप्पा

योगेंद्र पुराणिक हे मूळचे पुण्यातले. २००० सालापासून ते जपानमधे स्थाईक झाले आहेत. आता ते एदोगावा प्रभागाचे मेयर आहेत. इतकेच नव्हे तर एका जपानी शाळेचे मुख्याध्यापकही आहेत. भारतामधील जपानीचा अभ्यास करणारे विद्यार्थी, नोकरदार वर्ग यांच्यासाठी श्री. पुराणिक यांचे खूप मोठे कार्य आहे. मी जपानला जाण्याआधीच नचिकेतने त्यांची भेट नियोजित केली होती.

त्यांच्या मातोश्री रेखाताई यांचे स्वतःचे भारतीय पद्धतीचे भोजनालय आहे. गेली कित्येक वर्षे त्या केवळ भारतीय लोकांनाच नाही तर अनेक जपानी लोकांना भारतीय पदार्थांनी आणि जेवणाने तृप्त करीत आहेत. अतिशय सुग्रास असे पदार्थ त्या स्वतः करतातच, शिवाय त्यांनी जो स्वयंपाकी ठेवला आहे तो त्यांच्या हाताखाली तरबेज झाला आहे. त्याचा प्रत्यय आम्हाला तिथे गेल्यावर आलाच. योगीसान यांच्याशी बोलता बोलता रेखाताईंच्या देखरेखीखाली केलेले साबुदाणावडे आणि वडा-पाव आम्ही कधी फस्त केले ते आम्हाला कळले नाही. इतके रुचकर मराठी पदार्थ तेही जपानमध्ये मिळाले याचा आम्हाला आनंद झाला होता.

योगीसान यांच्याबरोबर भरपूर गप्पा झाल्या. माझे पुस्तक तुम्हाला द्यायचे आहे असे मी जरा चाचरत सांगितले. माझे इन मिन

साडेतीन महिन्यांचे अनुभव २० वर्षे जपानमध्ये राहिलेल्या व्यक्तीला कितपत वाचायला आवडतील या विचारांनी एकीकडे मला पुस्तक देताना अवघड वाटत होते, तर दुसरीकडे इतक्या मोठ्या पदाच्या माणसाला आपले पुस्तक द्यावे असेही वाटत होते. माझे विचार मी बोलून दाखवले तेव्हा योगीसान मोठ्या मनाने म्हणाले, "ते तुमचे अनुभव आहेत. तुम्हाला आलेले अनुभव वेगळे असू शकतात. नक्की वाचेन मी तुमचे पुस्तक". मला खूप आनंद झाला. "एका समीक्षकाच्या दृष्टिकोनातून वाचा आणि चुका नक्की सांगा" असे म्हणून आम्ही त्यांचा निरोप घेतला. त्या दोघांना भेटून खूप छान वाटले.

त्यानंतर नचिकेतच्या मोठ्या भावाकडे अनिकेतकडे आम्हाला बोलावले होते. निशीकासाइ या ठिकाणी बरेचसे महाराष्ट्र आणि भारताच्या इतर राज्यातून आलेले भारतीय राहतात. खूप मोठ्या इमारती असलेली ही वस्ती बरीच मोठी आहे. २१व्या मजल्यावरून दिसणारा टोकियोचा नजरा अप्रतिम होता. संध्याकाळ झाल्यामुळे रंगीबेरंगी दिवे लुकलुकत होते. स्काय-ट्रीचे नेत्रदीपक दर्शन होत होते. थंडगार वारा अजूनही थंडी संपलेली नाही याची साक्ष देत होता. तिथे अनिकेत आणि त्याची पत्नी नेत्रा यांनी आमचे अगदी प्रेमाने स्वागत केले. नेत्राने तर आमच्यासाठी इडलीचा बेत केला होता. आज भारतीय जेवणानेच नाही तर या सगळ्या लोकांच्या प्रेमाने आणि आपुलकीनेही आमचे पोट भरले होते.

उद्या नारिता विमानतळावरील हॉटेलमध्ये माझे आणि नीलमचे बुकिंग नीलमच्या मुलाने म्हणजे सौमित्रने केले होते. कॅथे पॅसेफिकने आमचे येण्याच्या वेळेस विमानतळ बदलले होते तो अनुभव लक्षात ठेवून आयत्या वेळेस काही गोंधळ नको म्हणून एअरपोर्ट जवळच बुकिंग केलेले बरे असे सौमित्र म्हणाला आणि त्याने तोबु हॉटेल बुक केले. ते खरंच सोयीस्कर झाले कारण कॅथे पॅसेफिकने फ्लाईटची वेळ आयत्यावेळेस सकाळी १० ऐवजी ९ केली. किताकोगानेपासून नारितापर्यंत दीड तास सहज लागत होता. त्या हिशोबाने आम्हाला इतक्या थंडीत सकाळी पाचला निघावे लागले असते. म्हणून आम्ही आदल्या दिवशी आमचे एअर बी एन बी सोडले आणि तोबु हॉटेलला चेक इन केले.

१९. तोबु हॉटेल आणि फजिती

तोबु हॉटेल अतिशय छान होते. माझी आणि नीलमची रूम आठव्या मजल्यावर होती. तिथे सामान ठेवून आम्ही नारिता विमानतळावर जायचे ठरवले. हॉटेलपासून विमानतळ चालत पाच मिनिटांवर होते. हॉटेलची दर पाच मिनिटांनी विनामूल्य शटल बससेवाही उपलब्ध होती. मला पॉकेट वायफाय घ्यायला विमानतळावर जायचे होते. शिवाय नीलमला काही खरेदी करायची होती. वेळही भरपूर होता त्यामुळे आम्ही संध्याकाळी ५ वाजताच विमानतळावर पोहोचलो. पॉकेट वायफाय घेण्यात थोडा वेळ गेला. मला पुढच्या १५ दिवसांसाठी ते लागणार होते. त्यांनतर नीलमने आणि मी थोडीफार खरेदी केली. काही वस्तू ह्या विमानतळावरच विकत मिळतात. म्हणजे इतर ठिकाणी त्या नसतात. काही ड्युटी-फ्री असतात. जपानी सुरेख डिझाइनच्या की-चेन, आरसे, सुरेख हातरुमाल, किमोनो, जपानी पंखे, छत्र्या, बाहुल्या, शो-पीसेस, राईस वाईन अशा अनेक वस्तू आकर्षक पद्धतीने मांडलेल्या असतात. आम्ही त्यातल्या बऱ्याच वस्तूंची खरेदी केली. रात्रीचे जेवणही विमानतळावर घेतले आणि तोबु हॉटेलला परतलो.

सकाळी नाश्ता ६:३० वाजता सुरू होणार होता आणि नीलमला तेव्हाच निघणे भाग होते. मी तिला सोडायला जाऊन परत हॉटेलला यायचे ठरवले. नाश्ता करून ९ वाजता निघावे असा विचार होता. मी रूममधून बाहेर पडताना विचार केला की बसने जाणार आणि

बसने येणार मग स्वेटर वगैरे कशाला? थोड्या वेळासाठी घालायचा कंटाळा केला खरा पण त्याचा परिणाम काय होणार याची मला जरासुद्धा कल्पना नव्हती. मी साध्या पंजाबी ड्रेसवर बाहेर पडले. सकाळी ६:३०ला चांगलीच थंडी होती. पण बसमध्ये हिटर होता, त्यामुळे फारतर बसमध्ये चढेपर्यंत वाजली तेवढीच. विमानतळावर आलो. नीलमला चेक-इन करताना पाहिले आणि टाटा करून निघाले. बसस्टॉपवर येऊन उभी राहिले. बराच वेळ बस येईना. मग टाईम टेबल पाहिले आणि मला धक्काच बसला. आत्ता नुकते ७ वाजत होते आणि यापुढची बस ९ वाजता होती. आता आली का पंचाईत. दोन तास कोण थांबणार? सकाळच्या वेळेला बसच्या फेऱ्या कमी असतात हे कुठे माहीत होते? मी आपले काल रात्री नुसार सतत बस असतील याच कल्पनेत होते.

आता काय करावं? सरळ चालत निघाले. तसंही हॉटेल फार काही लांब नव्हतं. पण माझा अतिशय मूर्खपणा झाला की मी माहीत नसलेल्या रस्त्यावरून चालत होते. थंडी मी म्हणत होती. दात वाजायला लागले. हात-पाय हळूहळू बधीर होऊ लागले. रस्त्यावर एकही माणूस नव्हता. एकतर विमानतळावर येताना कोणी चालत येत नाही की चालत जात नाही. त्यातून तो नारिता आंतरराष्ट्रीय विमानतळ होता. कितीतरी गाड्या, बसेस सारख्या येत होत्या. मी टर्मिनल २ला होते. तिथून निघाले तर टर्मिनल १ची इमारत दिसली. मला कळेना की मी नक्की योग्य दिशेने जाते आहे की नाही. बरं कोणाला विचारावे तर एक माणूस दिसत नव्हता. एकीकडे थंडीने

बर्फ व्हायची वेळ आली होती. फोन कशाला लागतोय म्हणून मी हॉटेलमधेच ठेवून आले होते.

आता मात्र माझे धाबे दणाणले. उगाच निघाले का? बससाठी दोन तास थांबायला हवे होते का? परत फिरुया का? पण आता मी खूप पुढे आले होते. जर माझ्या हाता-पायाचे स्पर्शज्ञान नष्ट झाले, बधीर होऊन मी पडले तर कोणाला कळणार सुद्धा नाही की मी कोण आहे. माझ्याकडे ना फोन होता ना पासपोर्ट. कुठलेही ओळखपत्र माझ्याजवळ नव्हते. मी फक्त इतकाच प्रयत्न करत होते की थंडीमुळे मी माझी शुद्ध गमावून पडणार नाही.

मी विचारात होते तितक्यात जोरात शिट्टी वाजवत एक पोलिस धावत माझ्या दिशेने येताना दिसला. मी चुकीच्या दिशेला होते. समोरून वेगाने वाहने येत होती. पोलिस मला ओरडून सांगत होता, "बाजूला हो. बाजूला हो." मला काही कळेना की नेमके मी कुठे जाऊ. वाहने गेल्यावर २ पोलीस धावत आले. त्यांनी सांगितले की तू चुकीच्या बाजूला चालते आहेस. मागे जाऊन टर्मिनल १च्या इमारती मधून लिफ्टने खाली जा, मग माणसांचा रस्ता दिसेल. मी विचारले, "मला तोबु हॉटेलला जायचे आहे. तिथून बाहेर पडले की मिळेल ना?" ते हो म्हणाले. मी लगेच मागे वळून टर्मिनल १च्या इमारतीमध्ये शिरले. गारपणा थोडा कमी झाला होता आणि भीतीपण. निर्जन ठिकाणी तो पोलीस दिसल्यावर किती जीवात जीव आला होता माझ्या! लिफ्टने खाली उतरले आणि माणसांच्या रस्त्यावर चालत असताना सूर्याची किरणे अंगावर पडली. त्यात

फारशी उष्णता नव्हती, पण बुडत्याला काडीचा आधार अशी माझी अवस्था होती. मी सूर्याला नमस्कार केला. तोबु हॉटेलमध्ये पोहोचले. आधी रूममध्ये जाऊन स्वेटर चढवला आणि नाष्टा करायला खाली उतरले.

नीलम मला म्हणाली होती की येताना तू पण इथे बुकिंग करून ठेव. आयत्या वेळेस फ्लाईट लवकर झाले तर उगाच पंचाईत नको. म्हणून मी तिथे १२ मार्चचे बुकिंग केले. मस्तपैकी नाश्ता करून मी टोकियोला जाण्यासाठी बसने विमानतळावर आले.

आजपासून माझी सोलो ट्रीप म्हणजेच एकटीचा प्रवास सुरू होणार होता. उत्सुकता तर होतीच पण त्याचबरोबर नीलमची आठवण येत होती. पुढच्या २२ दिवसात मला खूप ठिकाणे पाहायची होती. माझ्या ओसकाच्या आई-बाबांना भेटायचे होते....

मी नारिताचा निरोप घेऊन निघाले ....

२०. फुजीचे अनपेक्षित आणि अनोखे दर्शन..

नारिता विमानतळावरून टोकियोला जाणारी ट्रेन मी पकडली. रॅपिड ट्रेन होती त्यामुळे मी साधारण ४५ मिनिटात टोकियोला पोचणार होते. तिथून बुलेटट्रेनने मला ओसाकाला जायचे होते. यापुढचे १३ दिवस मी ओसाकामध्ये राहणार होते. इतक्या वर्षात प्रथमच मी माझ्या आवडत्या शहरात इतके दिवस राहणार होते. मिनू बरोबर २०१७ मध्ये आले तेव्हा केवळ ५ दिवस राहिले होते. २ दिवस क्योतोला कोजिमा सेनसेइंकडे आणि १ रात्र तोमोकोकडे नाराला राहिलो होतो. त्यामुळे ओसाकाला नचिकेतच्या घरी राहून सुद्धा फार काही ओसाका बघायला मिळाले नव्हते. त्यात मिनूला एक दिवस हिरोशिमा आणि एक दिवस टोकियो दाखवायला घेऊन गेले होते. म्हणूनच यावेळी मी १३ दिवसांचा प्लॅन केला होता.

मला यावेळेस जमले तर क्यूशु या जपानच्या दक्षिण बेटावर सुद्धा जायचे होते. थंडी आणि वय याची जाणीव ठेवून आता फिरायचे होते. नीलमबरोबर असताना जे जाणवले नाही ते आता जाणवत होते. एकटेपण. पण त्यावर मात केली ती माझ्या वेगवेगळ्या इच्छांनी. तीन वर्षांची प्रतीक्षा केल्यानंतर मला जपानला यायला मिळाले होते. मला कोविड झाला होता तेव्हा; आणि माझा उजवा हात काही काळासाठी जायबंदी झाला होता त्याकाळात माझे जपानला जाणे हे स्वप्नच राहणार की काय असे वाटत होते. परंतु

देवाच्या कृपेने माझे जपानला येणे शक्य झाले होते. आता जमेल तेवढे फिरून जपान पाहायचे असे मी ठरवले होते.

टोकियोला बुलेटट्रेनचे वेळापत्रक पाहिले तर माझी ट्रेन यायला १५ मिनिटे होती. मी कन्व्हिनिअंट स्टोअरमध्ये जाऊन सँडविच आणि ओनिगिरी घेतले. फलाटावर येऊन उभी राहिले. हिरोयुकी सेनसेइंना मेसेज केला की मी टोकियोहून निघत आहे.

बुलेटट्रेनमधे बसले आणि अंगात थोडी कणकण जाणवली. बुलेटट्रेनने एकटीने जायची ही काही पहिली वेळ नव्हती. २०१९मध्ये सेनसेइंना न सांगता मी कोबे आणि क्योतोला गेले होते. पण आता इतका मोठा प्रवास (साधारण साडेतीन तास) एकटीने पहिल्यांदाच करत होते. शेवटचे स्टेशन 'शिन ओसाका' होते. झोप लागलीच तरी काही हरकत नव्हती. मधे कुठे उतरायचे नव्हते.

टोकियोवरून बुलेट ट्रेन निघाली आणि नीलमसोबत घालवलेले मजेचे दिवस आठवू लागले. ओदावारा जसे जवळ येऊ लागले तशी मला हाकोनेची आठवण आली. नीलमला फुजी पाहायला मिळाला नव्हता. ट्रेनने स्टेशन सोडले आणि मी खिडकीतून पाहते तर "तो" दिसला! बर्फाची टोपी डोक्यावर असलेला संन्यस्त ऋषीप्रमाणे उभा असलेला तो "फुजी पर्वत"! निळ्याशार आकाशाच्या पार्श्वभूमीवर निद्रिस्त ज्वालामुखी असलेला तो डौलदार पर्वत बघताना भान हरपले. व्हिडिओ काढायला फोन हाती घेतला तेवढ्यात इमारतींच्या पाठी तो लपला. मला फोटो किंवा व्हिडिओ काढायला मिळणार की नाही

असा विचार मनात चालू असताना तो परत दिसला. यावेळी फारच जवळ भासला. ट्रेनने वळसा घेतला होता आणि तो अधिक जवळून दिसत होता. निसर्गाची ती किमया पाहताना डोळ्यात अश्रू आले. अपरिमित सौंदर्य लाभलेला तो पर्वत मनाला आनंद, समाधान आणि शांती देत होता. बुलेटट्रेनमधून फुजी पर्वत दिसतो याचे वर्णन मी ऐकले होते किंबहुना अनेक वेळा NHK चॅनलवर तसे पाहिले होते. आज प्रत्यक्ष होणाऱ्या दर्शनाने मन वेडे झाले. हाच तो आनंद ज्यासाठी मी ३ वर्षे प्रतीक्षा केली! हेच ते समाधान! मी त्याचे २-३ व्हिडिओ काढले, काही फोटो काढले आणि मग तो दिसेनासा होईपर्यंत मनसोक्त त्याच्याकडे पाहून घेतले.

काही वेळात मला झोप लागली ती शिन ओसाका येईपर्यंत. इतक्या दिवसांच्या रोजच्या चालण्याचा परिणाम असावा कदाचित, थोडा थकवा आला होता. बुलेटट्रेनचा प्रवास आरामदायी असतो त्यामुळे टोकियो ते ओसाका हे अंतर प्रवास करताना जाणवत नाही.

उतरल्यावर ओसाकाची मेट्रो ट्रेन पकडली. मला गाइकोकुचो या स्टेशनला जायचे होते. नचिकेतने माझे तिथल्या हॉटेलचे बुकिंग केले होते. नकाशात दाखवल्याप्रमाणे मी चालायला सुरवात केली आणि त्यात दाखवल्या नुसार ३ मिनिटांनी माझे ठिकाण आले. 'ग्रीन नांबा' असे त्या हॉटेलचे नाव होते. रूम नीटनेटकी आणि सगळ्या सोयी असलेली होती. मी हॉटेलमध्ये येतानाच जवळच्या कॉम्बिनीमधून काही खाण्याचे पदार्थ घेतले होते.

सगळे सामान ठेवल्यावर मात्र जाणवले की अंगात ताप आहे. क्रोसिन घेऊन मी झोपायचे ठरवले. उद्यापासून कानसाइ दर्शनाला सुरवात करावी असे ठरवताना डोळा लागला....

२१. बेली वेली पॅनकेक ब्रेकफास्ट....

नचिकेत त्यावेळी ओसाकामधे होता. एप्रिल मधल्या स्टडी टूरसाठी ओसाकामधे भेटून पुढच्या योजना आखायच्या असे आमचे ठरले होते. त्यासाठी सकाळी ब्रेकफास्टला भेटायचे ठरले. आमच्या काही कार्यक्रमास हिरोयुकी सेनसेइंना आमंत्रित करायचे होते. त्यामुळे त्यांनाही नचिकेतने ब्रेकफास्टसाठी बोलावले होते. जागा होती बेली वेली पॅनकेक. ओसाका स्टेशनच्या दक्षिण बाजूला असलेले स्टेशन म्हणजे उमेदा. उमेदा स्टेशनमधून बाहेर पडताना डाव्या बाजूला एक पाण्याचे घड्याळ आहे. मोठ्या पडद्यावर वरून पडणारे पाणी वेगवेगळ्या डिझाईनमध्ये पडत असते. त्यात वेळ दाखवली जाते. इतकेच नाही तर जवळ जवळ १२ भाषांमध्ये [ओसाकामध्ये स्वागत आहे] असे लिहिलेलं वाक्य पाण्याच्या स्वरुपात लिहिले जाते. तसेच फुलांचे अनेक आकारही पाहायला मिळतात. अतिशय सुरेख आणि उच्च प्रतीचे तंत्रज्ञान वापरून हे घड्याळ बनवले आहे.

माझी आणि नचिकेतची भेटण्याची नेहमीची ही जागा आहे. एकतर ही जागा पटकन मिळते आणि कुणाला उशीर झालाच तर घड्याळ बघण्यात वेळ जातो. आम्ही सकाळी तिथेच भेटणार होतो. मला गाइकोकुचोहून उमेदाला जायला साधारण १० मिनिटे लागणार होती. माझे राहण्याचे हॉटेल अगदी सोयीस्कर होते. मेट्रोचे स्टेशन चालत ३ मिनिटांवर होते. बाहेर पडले आणि लक्षात आले पॉकेट वायफाय विसरले. इतके दिवस नीलम बरोबर होती आणि तिच्या फोनमध्ये

आंतरराष्ट्रीय रोमिंग असल्यामुळे पॉकेट वायफायची गरज नव्हती. माझ्या उरलेल्या २२ दिवसांच्या वास्तव्यासाठी मी ते भाड्याने घेतले होते. पुन्हा रूममध्ये जाऊन घेऊन आले. खरेतर ओसाका मेट्रोमध्ये सगळीकडे मोफत वायफाय आहे, तरीही असलेले बरे. मुख्य उपयोग अनोळखी जागा शोधताना होतो.

मी उमेदाला पोहचले आणि १ मिनिटात नचिकेत आला. आम्ही दोघे सेनसेइंची वाट पाहू लागलो. त्यांनाही पाण्याच्या घड्याळाकडे बोलावले होते. सेनसेइ येताना दिसले. आम्ही सगळे ठरवलेल्या वेळी जमलो होतो. सेनसेइंच्या मते पॅनकेकसाठी रेस्टॉरंटमध्ये जायची काय गरज होती? हे म्हणजे आपण पोहे किंवा उपमा खाण्यासाठी पुण्यामधील समुद्र किंवा वाडेश्वर हॉटेलला जातो तसेच. परंतु नचिकेतच्या मते 'बेली वेली पॅनकेक' हे बरेच लोकप्रिय रेस्टॉरंट आहे. सकाळी ८ पासून रांग लागते. आम्ही पोहोचलो तेव्हाही बऱ्यापैकी रांग होती. सुट्टीचा दिवस नव्हता तरीही गर्दी होती. ओसाकाचे लोक खवय्ये आहेत. त्यांना गर्दी करण्यासाठी सुट्टीची आवश्यकता नसते. 'जपानचे स्वयंपाकघर' हे विशेषण उगाच नाही दिले आहे ओसाकाला. खाण्याच्या पदार्थांचे अनंत प्रकार तर आजकाल कोठेही मिळतात. फ्युजनच्या नावाखाली कोणतेही दोन पदार्थ एकत्र करून वेगळेच पदार्थ बनवले जातात. परंतु चविष्ट आणि असामान्य खाद्यप्रकार मात्र ओसाकामधेच खावेत. नवीन पदार्थांबरोबर ओसाकाने जुनी खाद्य संस्कृतीही जपली आहे.

काही वेळाने आमचा नंबर आला आणि आम्ही आत स्थानापन्न झालो. नचिकेतने त्याच्यासाठी हॉट-सँडविच मागवले. मी प्रथमच हॉट-सँडविच असे ऐकत होते. आपल्याकडे एकतर सँडविच असते किंवा सब-वेचे कोल्ड सँडविच असते. हे हॉट-सँडविच काय बरं असावे? असा विचार करून मीही ते मागवले. सेनसेइंनी २ पॅनकेक्स (एकावर एक असे २) मागवले. खरेतर त्या दुकानाची खासियत अशी होती की एकावर एक असे ६ पॅनकेक्स ठेवून त्यावर मस्तपैकी क्रीमचा मोठा गोळा (आपल्याकडे कसा लोण्याचा गोळा असतो थालीपीठावर तसाच) आणि बाजूला वाटीभर मध घेतात. तिथे आलेले जवळ जवळ सर्वजणं हीच डिश मागवून खात होते. परंतु एवढ्या सकाळी ६ पॅनकेक्स अजिबात जाणार नाही म्हणून सेनसेइंनी दोनच मागवले. हॉट-सँडविच म्हणजे आपले टोस्ट सँडविचच. आपण त्याला टोस्ट सँडविच म्हणतो जपानमध्ये हॉट-सँडविच म्हणतात. ते खाऊन झाल्यावर नचिकेत मला म्हणाला, "सेनसेइ, इथला पॅनकेक खाऊन तर पहा." मग त्याने आणि मी मिळून दोन पॅनकेक्सची डिश मागवली. आणि ते न खाण्याची चूक केली नाही याचा आनंद पहिल्या घासात झाला. तोंडात टाकताच विरघळणारा तो पॅनकेक त्याच्याबरोबर क्रीम आणि मध याची अनोखी सांगड घालून दिलेली ती डिश बघता बघता फस्त झाली. आमच्या गप्पांमध्ये एक तास सहज गेला होता. आज सेनसेइंना सुट्टी नव्हती, पण नचिकेतला होती. तो मला ओसाका फिरवण्यासाठी तयार झाला होता, परंतु अर्धा दिवसच. नंतर त्याला काही कामे होती.

२२. ओसाका सफर

नचिकेतने मला पॅनकेक संपवता संपवता विचारले, "तुम्हाला कुठे जायचे आहे सेनसेइ?" खरेतर मला एकटे फिरायला आवडते पण जागा शोधण्यात वेळ जातो. त्यापेक्षा कोणी माहितगार बरोबर असेल तर आपण पटकन त्या ठिकाणी पोहोचतो. मी नचिकेतला म्हटले, "दोतोंबोरी आणि शिन सेकाइ". नचिकेत आणि सेनसेइ अचानक एकमेकांकडे पाहून धक्का बसल्यासारखे म्हणाले, "तुझी तूच जा बाई." मला काही कळेचना. नचिकेत म्हणाला, "सेनसेइ मला इतका वेळ नाही." सेनसेइनी पण हात वर केले. मला म्हणाले, "तू म्हणजे अशक्य आहेस. ही दोन ठिकाणे तुला एकाच वेळी करायची आहेत." नचिकेत आणि ते हसायला लागले. मला काही कळेना. मी बावळट चेहरा करून विचारले, "अरे दोन्ही जवळच तर आहेत ना?" तर दोघं अजूनच हसायला लागले आणि म्हणाले, "तूच जा एकटी." मला रागच आला थोडा, पण मी न दाखवता म्हटले, "बरं नचिकेत तू नेशील तिथे जाऊ." मी ठरवले आता मी एकटीच दोतोंबोरी आणि शिन सेकाइला जाईन. या कोणाला विचारणार नाही.

नचिकेत म्हणाला, "चला तुम्हाला जवळची ठिकाणे दाखवतो." आम्ही सेनसेइंचा निरोप घेतला आणि निघालो. मला ती इमारत पाहायची होती ज्याच्यामधून मोटारींचा रस्ता जात होता. ओसाका अशा वैविध्यपूर्ण इमारतींच्या बांधकामासाठी प्रसिद्ध आहे. स्थापत्यशास्त्राचे विविध नमुने ओसाकाला पाहायला मिळतात.

त्यापैकी मी पाहिलेली एक इमारत म्हणजे उमेदा स्काय. आता इतर इमारती सुद्धा पाहायच्या होत्या. नचिकेत आणि मी चालत निघालो. तो जपानमधे ८ वर्षे राहून जपानी लोकांसारखाच झाला आहे. सगळीकडे चालत जातो.

आम्ही त्या इमारतीकडे आलो जिच्यातून मोटारींचा रस्ता जात होता. या इमारतीला 'गेट टॉवर बिल्डिंग' असे नाव आहे. ती १६ मजली असून १९९२ मध्ये बांधली आहे. ती बघत असताना जाणवत होते की स्थापत्य शास्त्रामध्ये जपान किती पुढे गेले आहे. ओसाकामध्ये १५० मीटरपेक्षा जास्ती उंची असलेल्या ३७ इमारती आहेत. त्यापैकी 'आबे नो हारूकासु' ही सगळ्यात उंच इमारत आहे. मी ती २०१९ मध्ये सेनसेइंसोबत पाहिली होती. जमतील तशा सगळ्या पाहायच्या असे मनात विचार येत असताना नचिकेत म्हणाला, "आता आपण फिरत जाऊन साधारण १२:३० च्या सुमारास ओकोनोमियाकीला खायला जाऊ. जिथे मी शैक्षणिक सहलीसाठी येणाऱ्या शाकाहारी लोकांसाठी शाकाहारी ओकोनोमियाकी करण्याची तिथल्या शेफना विनंती केली आहे. आज आपण तिथं जाऊन ओकोनोमियाकी खाऊया".

आम्ही गप्पा मारत ओसाका स्टेशनला पोहोचलो. तिथून काहीच अंतरावर असलेल्या इमारतीमध्ये ७व्या मजल्यावर अनेक खाण्याची रेस्टॉरंट्स आहेत. त्यातल्या ओकोनोमियाकीच्या रेस्टॉरंटमध्ये शिरलो. बऱ्यापैकी गर्दी होती, पण आम्ही दोघच होतो त्यामुळे बसायला जागा मिळाली. इदामामे (उकडलेले बीन्स),

ओकोनोमियाकी आणि याकीसोबा हे पदार्थ आम्ही घेतले. ओकोनोमियाकी फारच चविष्ट होती. तिथून आम्ही निघालो आणि नचिकेत त्याच्या कामाला गेला.

मी तिथून दोतोंबोरी आणि शिन सेकाइला जायचे ठरवले. हे दोघं सकाळी मला हसले होते म्हणून मी चॅलेंज घ्यायचे ठरवले. मी नाम्बाला जाऊन दोतोंबोरीला कसे जायचे ते नेटवर पाहिले होते. नाम्बाला जाऊन ७व्या एक्झीट मधून बाहेर पडायचे आणि बाहेर पडले की डावीकडे वळायचे की थोड्यावेळात डावीकडे दोतोंबोरी लागते. वेगवेगळ्या खाण्याच्या पदार्थांचे मोठमोठे सेट ही दोतोंबोरीची खूण आहे. मी २०१९ मध्ये हिरोयुकी सेनसेइंसोबत दोन्ही वेळेस रात्री या ठिकाणी आले होते. दिवसा प्रथमच येत होते. तशी गर्दी कमी होती. जेवणाची वेळ खरतर टळून गेली होती तरीही जेवणाची दुकाने भरलेली होती. ओसाकाच्या लोकांना रेस्टॉरंट्समध्ये गर्दी करायला पुणेकरांसारखाच वेळ आणि कारण लागत नाही. तिथे मला २०२५ मध्ये ओसाकामध्ये होणाऱ्या आंतरराष्ट्रीय प्रदर्शनाचा बोर्ड दिसला. मी सरळ सरळ जात राहिले. म्हटलं शिन सेकाइ आता येईल मग येईल. ते काही येईना. मला कळेना की इंस्टाग्रामवर तर जे फोटो बघितले आहेत त्यात असाच परिसर आहे. मग शिन सेकाइचा टॉवर कसा दिसत नाही? बरेच चालले होते त्यामुळे दमायला झाले होते. संध्याकाळ होत आली होती आणि थंडी वाढू लागली होती. गाइकोकुचोला जायचे होते. तेव्हा परत फिरण्याचा निर्णय घेतला.

मला एक कळत नव्हते की शिन सेकाइ कसे सापडले नाही. त्याच विचारात रूमवर परतले.

२३. ओकायामा कौराकुएन बाग

आज तारीख २४ फेब्रुवारी म्हणजे नीलमला पुण्याला परत जाऊन केवळ तीनच दिवस झाले होते. आम्ही एकत्र घालवले मजेदार दिवस आठवत होते.

आज मी ठरवले होते की ओकायामा प्रांतामध्ये जाऊन 'पुणे-ओकायामा मैत्री पार्क' (पुणे येथे सिंहगड रोडवर आहे, जे ओकायामा येथील पार्कची प्रतिकृती आहे.) बनवण्यात ओकायामाच्या लोकांनी मदत केली त्यांचे मूळ ओकायामा गार्डन कसे आहे ते बघून यायचे.

शिनओसाकाहून ओकायामाला जायला बुलेट ट्रेनने साधारण दीड लागतो. मी सकाळी लवकर घर (हॉटेल) सोडले आणि नेहमीप्रमाणे शिनओसाकाला आले. गाइकोकुचो स्टेशन हे ओसाकाचे मेट्रो स्टेशन आहे. तिथून सरळ शिनओसाकापर्यंत ट्रेन आहे. कुठेही बदलावी लागत नाही. नेहमीप्रमाणे काही आवडते पदार्थ खायला घेऊन मी बुलेट-ट्रेनमध्ये बसले. साकुरा ही बुलेटट्रेन क्युशु या दक्षिण बेटापर्यंत धावते. मी प्रथमच साकुरा या बुलेट-ट्रेनमध्ये बसत होते. आत्तापर्यंत 'कोदामा' आणि 'हिकारि' या बुलेट-ट्रेन्सने प्रवास केला होता. 'कोदामा' आणि 'हिकारि'चा स्पीड ताशी २८५ किमी आहे. साकुरा बुलेटट्रेनचा ताशी ३०० किमी आहे. ही ट्रेन शिनओसाका ते कागोशिमा या क्युशु बेटापर्यंत धावते.

मी ८ वाजून ४ मिनिटांची साकुरा पकडली होती. जाताना मधे हिमेजी स्टेशन लागते आणि माझा आवडता हिमेजी किल्लाही ट्रेनमधून दिसतो. सव्वानऊला ओकायामा स्टेशन आले आणि मी उतरले.

मोमोतारो नावाची एक जपानी लोककथा आहे. त्यातला मुख्य नायक मोमोतारो (जो राक्षसाला मारतो) त्याचे गाव म्हणून ओकायामा ओळखले जाते. मी नवीन शहरात गेले की प्रथम माहिती केंद्राकडे जाते आणि तिथे बघायच्या जागा कोणत्या, तिथे कसे जायचे, किती वेळ लागतो हे सगळे विचारते. जपानच्या सगळ्या स्टेशन्सवर माहिती केंद्रे असतात. सकाळी ९ वाजता उघडतात. कर्मचारी तत्पर असतात. बहुतांशी महिला असतात. नकाशांचे पत्रक काढून पटापट माहिती देतात. मला एका दिवसात परत जायचे होते. त्यानुसार मी तिथल्या तरुणीला विचारले की मला कौराकुएन (ओकायामा गार्डनचे नाव) आणि काय काय पाहता येईल? तिने मला काही ठिकाणे सांगितली आणि ओकायामा किल्ला बागेच्या बाजूला आहे ते सांगितले.

मी बस स्टॉपला उभी राहिले. तिथे माझ्याआधी काही तरुण मुलांचा ग्रुप उभा होता. साधारण १८-१९ वर्षांची ६-७ मुले-मुली होती. ती सुद्धा बहुतेक कौराकुएनला जात असावीत असे मला वाटले. बसमध्ये आम्ही चढलो आणि १०-१२ मिनिटात कौराकुएन आले. माझ्या अंदाजाप्रमाणेच ती मुले-मुलीही उतरली आणि गार्डनमध्ये शिरली. पाऊस पडायला सुरवात झाली होती. गेटपाशी जिथे तिकीट

काढायचे होते तिथे मी किल्ल्याबद्दल विचारले आणि त्याचे तिकीट विकत घेतले.

रस्त्यावर बारीक वाळू पसरलेली होती. कौराकुएन बाग ही जपानमधील अतिशय सुरेख, रमणीय 'भूप्रदेशाचे रेखाटन' म्हणजेच Landscapeसाठी सर्वोत्तम ३ बागांपैकी एक आहे. पुण्यात जशी रचना आहे तसच असणार अशी मी कल्पना करत होते. काही अंतर चालून जावे लागते. जपानी बागांची ही खासियत आहे की सुरवातीला माहिती, इतिहास, नकाशा असे सगळे असते ते वाचत वाचत तुम्ही पुढे जाता आणि नंतर मुख्य जागेचे दर्शन होते. मला जेव्हा समोर पूर्ण बाग दिसली तेव्हा आश्चर्याने मी अवाक् झाले! पुण्याच्या ओकायामा मैत्री पार्कच्या तिप्पट तरी ही बाग असावी. नजर पोचत होती तिथवर फक्त बागच दिसत होती.

हिवाळा असल्यामुळे सगळीकडे सुकलेले बारीक कापलेले गवत होते, परंतु त्याचा नजारा काही वेगळाच होता. मधेच असलेल्या पाईन वृक्षांच्या झाडांना सुरेख आकार दिला होता. काही झुडपांना गोलाकार दिला होता, त्यांचा रंग लालसर किंवा गडद तपकिरी होता. सुकलेल्या गवताच्या फिकट तपकिरी रंगाच्या पार्श्वभूमीवर ही झुडपे गडद तर दिसत होतीच आणि सौंदर्यात भरही घालत होती. सायप्रस वृक्षांची उतरती छपरे असलेली काही लाकडांची विश्रांतीची घरे दिसत होती. पावसामुळे हवा थंड होती. भुरभुर पाऊस पडत होता त्यामुळे चालण्याचा त्रास अजिबात होत नव्हता. वाहणारे पाण्याचे छोटे कालवे, त्यावर असलेले कमानदार लाकडी पुल, पक्षांना बसण्यासाठी

असलेले दगडाचे दिवे आणि बांबूची कुंपणे, मधे दिसणारे छोटे तलाव.... सगळं काही पुण्याच्या ओकायामा बागेसारखेच! म्हणजे खरेतर या बागेसारखीच बाग पुण्यात बनवली होती. फक्त छोटी प्रतिकृती होती इतकेच.

जपानमध्ये तलावात गोल्ड फिश सोडलेले असतात. इथल्या तलावात असणारे ते सुंदर सोनेरी मासे बघताना मन कसे शांत झाले. ते एकत्र पोहत होते. काही ठिकाणी २०-२५ मासे समूहाने पोहत होते. स्वच्छ नितळ पाण्यातले ते मासे बघत मी पुढे जात होते. ती मुले आणि काही वयस्कर २-३ माणसे सोडल्यास संपूर्ण बागेमध्ये अजून कोणीही नव्हते. ती मुले अजिबात गोंधळ गडबड करत नव्हती. बहुतेक वनस्पती शास्त्राचे विद्यार्थी असावेत असे त्यांचे वागणे होते. ती हळू आवाजात बोलत होती. त्यांच्यामध्ये खूप खेळीमेळीचे वातावरण होते. पण कुठेही शांततेचा भंग करतील असे आचरण नव्हते. कुठेही ग्रुप फोटो काढत नव्हते की सेल्फी काढत नव्हते. मला या गोष्टींचे खूप आश्चर्य वाटले. त्यातल्या १-२ मुलांकडे कॅमेरा होता आणि ते झाडांचे, फुलांचे फोटो काढत होते. मी संपूर्ण बाग पाहायची की किल्ल्याकडे जायचे या विचारात पडले. मी ऋणानुबंध पूर्वेचा या माझ्या आधीच्या पुस्तकात चुकियामा या बागेचा उल्लेख केलाय. त्या प्रकारातली ही बाग आहे. चुकियामा म्हणजे पर्वताची छोटी प्रतिकृती केली असते. ज्यावर चढून तुम्ही पूर्ण बाग पाहू शकता. तिथे चढायला कमी उंचीच्या पायऱ्या असतात. त्यामधील अंतर कमी ठेवलेले असते. अगदी लहान मुले किंवा

वयस्कर माणसांना चढायला त्रास होऊ नये म्हणून ही काळजी घेतलेली असते.

मी घड्याळात पाहिले तर ११ वाजायला आले होते. अजून किल्ला पाहायचा होता. मी जरा पावले पटपट उचलायला लागले. किल्ल्याचे दर्शन दुरून होत होते. परंतु मला आत जाऊन पाहायचा होता. आणि तेवढ्यात मला 'प्लम'ची झाडे दिसली. या फुलांना 'उमे' असे नाव आहे जपानीमधे. साकुराच्या आधी ही फुले फुलतात. उएनो पार्कमध्ये जशी मला आणि नीलमला दिसली होती तशीच इथे काही झाडे होती. पांढरी, पिवळसर आणि गुलाबी रंगाची ती नाजूक फुले, रिमझिम पडणारा पाऊस आणि आजूबाजूला कोणी नाही असे पाहून मी तिथे गाणे गाऊन घेतले. "बहारों मेरा जीवन भी सवरों...." हे गाणे असेच फुलांनी बहरल्या झाडांमध्ये चित्रित झाले होते.

आता मी किल्ल्याकडे जायचे ठरवले...

२४. ओकायामा किल्ला आणि ट्राम

बागेत रिमझिमणाऱ्या पावसात भटकत राहावे असे वाटत होते. मात्र थंडी आणि पाऊस यामुळे गरम कपडे घातलेले असून सुद्धा आता थंडी वाजू लागली होती.

बागेतून जो रस्ता किल्ल्याकडे जात होता त्यामध्ये एक नदी होती आणि त्यावर एक पूल होता. तो पार करून किल्ल्याकडे जायचे होते. नदीकडे जाण्याआधी बागेत मला एका ठिकाणी बांबूने झाकलेली विहीर दिसली. मला एकदम क्योतोमधील 'इवाशी मिझु हाचिमांगु' देऊळ आठवले. तिथल्या पुजन्यांनी मला आतमध्ये नेऊन दाखवलेली विहीर अशीच होती. पावसाचे पाणी त्यात साठवले जात होते. खराब होऊ नये म्हणून वरून बांबूचे झाकण ठेवले होते. तिथून पुढे गेले तर नैसर्गिक झरा लागला. त्याच्या पाण्याचा खळखळ आवाज आसमंतात भरून राहिला होता. त्या नीरव शांततेत तोच काय तो आवाज होता. संपूर्ण बागेला पाण्याचा पुरवठा या झऱ्यातून होत असणार. पाणी नैसर्गिक आणि शुद्ध होते. तेथून जायचा रस्ता मात्र थोडा निमुळता होता. मी जपून पावले टाकत होते. न जाणो पाय घसरून पडलेच तर मदतीला आजूबाजूला कोणी नव्हते. माझ्या फुले बघण्याचा नादात ती मुले किल्ल्यामध्ये गेल्याचे मला लक्षात आले नाही. मी नदीच्या पुलावर आले आणि किल्ला दिसला. साधारण ५०० मीटर चालावे लागले. एका बाजूला नदी आणि दुसऱ्या बाजूला काही घरे होती. घरात काही हालचाल दिसत नव्हती. बैठी

घरे होती. अंगणात सुरेख फुलझाडे होती. काही सायकली ठेवलेल्या दिसल्या. म्हणजे माणसे राहात होती तर. कदाचित किल्ल्यामध्ये काम करणाऱ्यांची घरे असावीत.

थोडी पुढे गेले तर किल्ल्याचा परिसर साफ करणारी वयस्कर मंडळी दिसली. उंच खराट्याचा झाडू घेऊन पडलेली पाने साफ करत होती. तिथूनच किल्ल्यावर जायचा जिना होता. मी जिना चढून वर गेले आणि मोठ्ठा परिसर नजरेस आला.

हिमेजि किल्ला पाहिल्यानंतर खरेतर कोणताच किल्ला पाहू नये असे माझे मत झाले होते. पण का कोण जाणे या किल्ल्याने मला आकर्षित केले. अतिशय साधा बांधलेला असला तरी वास्तू पवित्र वाटत होती. १५९० मध्ये बांधलेल्या या किल्ल्याला 'क्रो क्यासल' असे नाव आहे ते त्याच्या बाह्य काळ्या रंगामुळे. काळ्या पांढऱ्या रंगाच्या सुरेख रंगसंगती हा किल्ला बांधला आहे. १९४५ मधील जागतिक महायुद्धात ह्याची मोठी हानी झाली होती. नंतर त्याचे पुनर्वसन केले गेले. जपानमध्ये १०० हून अधिक किल्ले आहेत. जे केवळ रंगरंगोटी करून जतन केले जातात असे नाही तर आवश्यक त्या सुधारणाही केल्या जातात. "या किल्ल्यामध्येही निमुळता जिना असणार की काय?" कारण किल्ला बाहेरून सात मजली दिसत होता. हिमेजि किल्ल्यात चढताना-उतरताना सेनसेइ मागे-पुढे असायचे ती आठवण झाली. खूप निमुळते जीने असतील तर वरपर्यंत चढायचे नाही असे मी ठरवले.

किल्ल्याच्या प्रवेशद्वारातून आत जाताना ओल्या छत्र्या ठेवायला जागा होती. पण इथे चपला काढायच्या नव्हत्या. ते मला जरा आश्चर्यकारक वाटले. मगाशी उद्यानाच्या प्रवेशद्वाराशी काढलेले तिकीट इथे दाखवायचे होते. त्या बाईला तिकीट दाखवत असताना तिने नेहमीचा प्रश्न विचारलाच. तुम्ही भारतातून आला आहात का? मी तिला जेव्हा माझ्या येण्याचे कारण सांगितले तेव्हा ती आनंदाने आणि आश्चर्याने म्हणाली, "तुमच्या गावी आमचे लोकं येऊन त्यांनी असे उद्यान बांधले आहे! आम्हाला हे माहीत नाही आणि ते पाहायला तुम्ही इतक्या लांबून आलात? तुमचे खूप आभार." तिने उभे राहून दोन वेळा कमरेत वाकून माझे आभार मानले. मी तिला म्हटले, "आभार तर मी मानायला हवेत. तुमच्या म्युनिसिपालटीने येऊन आमच्या इथे असेच उद्यान करायला मदत तर केलीच शिवाय ते तसेच राखले कसे जाईल हे पण पुण्याच्या म्युनिसिपालटीला शिकवले. तुम्हाला जमले तर नक्की येऊन पाहा". तिने "भारतात येणे शक्य नाही पण तुम्ही आलात याचा खूप आनंद आहे", असे उत्तर दिले.

मी किल्ला पाहायला सुरवात केली आणि लक्षात आले की जिने प्रशस्त आहेत. इतकेच नाही तर नवीन बनवले आहेत. पहिल्या मजल्यावर लिफ्ट होती. आता मात्र कमाल होती. किल्ल्यात लिफ्ट? मी तसेही जवळजवळ तीन तास चालले होते त्यामुळे लिफ्टमध्ये चढून सातव्या मजल्यावर गेले. तिथून पूर्ण परिसर दिसत होता. नदी, बाग आणि रक्षण करणारा सोनेरी मासा. खाली येताना मात्र

जिन्यावरून उतरत आले. कारण प्रत्येक मजल्यावर विविध वस्तूंचे प्रदर्शन मांडले होते. त्यात त्याकाळातील शस्त्रे, राजांचे पोशाख, त्याकाळच्या समाज जीवनाची चित्रे, इतिहास मांडलेला होता.

वेगवेगळ्या पेयांचे एक वेंडिंग मशीनही दिसले. हा मात्र कहर होता. किल्ल्याचे आधुनिकीकरण वेंडिंग मशीन बसवण्यापर्यंत करणारा हा एकमेव देश असावा. यात स्वार्थ आणि परमार्थ दोन्ही साधले जात होते. बाग, किल्ला फिरून आलेल्या पर्यटकांना तहान तर लागणारच.. तिकीटाव्यतिरिक्त त्यांनी इथे विकत घेतलेल्या गोष्टींमुळे सुद्धा महसूल मिळत होता.

मी सगळे पाहून झाल्यावर तिथल्या एका कर्मचारी तरुणीला स्टेशनवर कसे जायचे ते विचारले. कारण आता पुन्हा बागेमधून जायचे तर बाग पार करायला ४० मिनिटे तरी लागली असती. त्या तरुणीने सांगितले, "येताना तुम्ही ज्या पुलावरून आलात तो बागेकडे जाण्यासाठी जिथे वळतो तिथे न वळता सरळ गेलात की एक रस्ता लागेल तिथून तुम्हाला स्टेशनची बस मिळेल."

मी तिने सांगितल्याप्रमाणे पुलावरून न वळता समोरचा रस्ता पकडला आणि ५ मिनिटात मुख्य रस्त्यावर आले. समोर ट्राम दिसली. मला ट्राम बघायला खूप आवडतात. जपानमध्ये ट्रामवर एक संशोधन करता येईल इतक्या प्रकारच्या ट्राम आहेत. त्यांचे पुढचे दिवे हे कधी मानवी डोळ्यांसारखे केलेले असतात तर कधी त्यांच्यावर सुंदर सुंदर चित्रे असतात. ॲनिमेसाठी जगात पहिला

नंबर असलेला जपान ट्रामच्या डिझाइनच्या बाबतीत मागे कसा असेल? ओकायामाला रस्त्यात मध्यभागी गोगलगाईच्या गतीने चालणाऱ्या ट्राम बघत-बघत मी थोडी पुढे आले आणि जाणवले की स्टेशन आता फार दूर नाही. चालत जावे सरळ रस्ता तर आहे. गुगल नकाशावर परत एकदा योग्य दिशेला जाते आहे ना ही खात्री केली तर ८ मिनिटे दाखवत होते. स्टेशनवर जावे का? की अजून काही ठिकाणे पाहावीत? एक मन म्हणत होते, आले आहे तर जरा अजून फिरावे पण चालून पाय दुखले होते. आणि थंडीत तसेही सगळे ५ वाजता बंद होते. तेव्हा २:४५ वाजले होते. शिनओसाकाला जाऊन हॉटेलवर परतायला अजून २-२:३० तास नक्की लागले असते. पाऊस थांबला होता. सुंदर सुंदर ट्रामचे फोटो आणि काही व्हिडिओ काढत पावले ओसाकाला जाण्यासाठी स्टेशनकडे चालू लागली.

२५. शिनसेकाइ आणि डोक्यात पडलेला प्रकाश ..

आज २५ फेब्रुवारी, माझा वाढदिवस. पहिल्यांदाच वाढदिवसाच्या दिवशी मी माझ्या माणसांपासून दूर होते. सगळ्यांची आठवण येत होती. सकाळी ऋषिकेश गलगली या माझ्या विद्यार्थ्यांचा मेसेज आला होता. "सेनसेइ तुम्ही ओसाकामध्ये आहात का? आज मला सुट्टी आहे तर भेटूया का?" माझा आज सकाळी तसा काही कुठे जायचा बेत नव्हता. संध्याकाळी मात्र मी हिरोयुकी सेनसेइ आणि त्यांच्या आई-बाबांना दोतोंबोरीला भेटणार होते. संध्याकाळी ८ वाजता भेटायचे होते त्यामुळे सगळा दिवस मोकळा होता. मी ऋषिकेशला लगेच मेसेज केला की आपण भेटू. आमचे तेंनोजीला भेटायचे ठरले.

यापूर्वी मी बऱ्याचदा तेंनोजीचे मेट्रो स्टेशन पाहिले होते. मात्र तेंनोजीच्या जे आर स्टेशनवर पहिल्यांदाच उतरत होते. बाहेर पडते तर काय.... समोर 'आबे नो हारूकासु'ची ६० मजली इमारत! कालचा दिवस पावसात गेला होता. आज मात्र निळेशार आकाश, मधूनच हलकेच तरंगत जाणारे पांढरे कापसाचे पुंजके असल्यासारखे ढग असे छान वातावरण होते. ऋषिकेश ठरल्या वेळेत आला. काही गप्पा झाल्यावर ठरवले की कुठे कुठे जायचे. मला तेंनोजीमधील बुद्धाचे देऊळ बघायचे होते. मी आणि ऋषीने गप्पा मारत मारत चालायला

सुरुवात केली. त्याचे तिथले शिक्षण, नोकरीसाठीचे प्रयत्न इत्यादी विषयांवर बोलत होतो.

'शितेंनोजी' असे त्या देवळाचे नाव होते. रस्त्याच्या पलीकडे असलेल्या त्या देवळाकडे माझी नजर गेली आणि "सुरेख" असा शब्द माझ्याकडून नकळत उच्चारला गेला. किती परिपूर्ण आणि अचूक बांधकाम होते ते. आत्तापर्यंत पाहिलेल्या मंदिरांच्या बाहेर पाहिलेले रक्षक लाकडाच्या मूळ रंगाचे (म्हणजे न रंगवलेले) होते. परंतु इथले रक्षक उठावदार रंगांमध्ये रंगवले होते. एक होता निळा आणि दुसरा होता केशरी. शेजारी पाच मजली पॅगोडा होता. त्यावरील सोन्याचा कळस अतिशय रेखीव होता. उदीचा कलश सुरेख कोरीव काम केलेला आणि धातूचा होता. मंदिराचा रंग लाल भडक नव्हता. त्यात किंचित काळा रंग मिसळून येईल अशी लाल आणि तपकिरीच्या मधली छटा होती, जी डोळ्यांना सुखकारक होती. तिथे बुद्धाच्या अनुयायांचे रेखीव पुतळे होते. एका गाभाऱ्यात मंद मेणबत्त्या तेवत होत्या. आपल्याकडे समई किंवा निरांजन तेवते असे आपण म्हणतो. मेणबत्तीसुद्धा तेवत होती. देवळात फार लोकं नव्हती. काही बायका, काही पुरुष येऊन दर्शन घेऊन जात होते. त्या वर्दळीच्या शहरात इतके शांत देऊळ पाहून खरंच आश्चर्य वाटत होते. देवळात आपल्याला शांतता मिळते हे खरे आहे. परंतु देवळाच्या इतक्या मोठ्या परिसरातही शांतता होती. फुलवाले, नारळवाले, मेणबत्त्या किंवा उदबत्त्या विकणारे असे कोणीही नव्हते. उदबत्ती लावयची असेल तर तिथे एक पेटी होती. त्यात १०० येनचे नाणे

ठेवायचे आणि तिथली उदबत्तीची एक जुडी (बोटांच्या उंचीच्या ६ काड्याची एक जुडी) घेऊन तिथे लावायची अशी पद्धत होती. आम्ही तिथे फोटो काढून बाहेर निघालो.

मी ऋषीला बोलता बोलता म्हणाले, "मला शिनसेकाइला जायचे आहे. पण दोतोंबोरीला जावे लागेल ना? "

ऋषी म्हणाला, "सेनसेइ, शिनसेकाइ इथून चालत जवळ आहे". मी म्हटले, "अरे काय सांगतोस काय? मी त्या दिवशी दोतोंबोरीला शोधत होते तर मला मिळाले नाही. म्हणजे ते नांबाला नसून तेंनोजीला आहे का?"

ऋषी म्हणाला, "हो, जायचे आहे का ? तिथे शाकाहारी सुशीचे रेस्टॉरंट आहे. तिथेच सुशी खाऊ". मी म्हटले, "चल जाऊ."

माझ्या डोक्यात आत्ता प्रकाश पडला की त्या दिवशी मी दोतोंबोरीला आणि शिनसेकाइला जायचे असे म्हटल्यावर सेनसेइ आणि नचिकेत का हसले होते. नांबा कुठे, तेंनोजी कुठे! मला त्या दिवशी राग आला होता, आता मात्र हसू येत होते. ऋषीला सांगितल्यावर तो पण हसायला लागला. आम्ही चालत निघालो. रस्त्यात तिथले प्राणी संग्रहालय लागले. आज शनिवार असल्यामुळे बरीच लोकं आपल्या मुलांना घेऊन आली होती. गर्दी दिसत होती. प्राणी संग्रहालय पार करून आम्ही पुढे गेलो आणि शिनसेकाइचा मनोरा दिसला.

मी भान हरपून पाहू लागले. दुकानांच्यावर दोतोंबोरीला असतात तसेच कितीतरी सुरेख म्युरल होते. त्यात मासे, होइ्या, खाण्याचे इतर पदार्थ हुबेहूब बनवून डिस्प्ले केले होते. मला ते दोतोंबोरीला असतात तसेच वाटून शिनसेकाइ आणि दोतोंबोरीमध्ये मी गल्लत केली. माझे हे अज्ञान सेनसेइ आणि नचिकेतला कळले नसावे. त्यांना फक्त मला दोन वेगवेगळ्या ठिकाणी जायचे आहे इतकेच वाटले. त्यांचे चेहरे पाहून तेव्हा मला राग आला होता, पण आता मात्र हसू येत होते. कधी एकदा त्यांना सांगते असे झाले होते. ओसाका नुसतेच आवडून काय उपयोग? जी जागा, जे शहर आपल्याला आवडते त्याची योग्य माहिती असणे महत्वाचे आहे. या पुढचे दिवस मी ओसाकाचा नीट अभ्यास करायचे ठरवले.

ऋषिकेश शाकाहारी असल्यामुळे त्याला शाकाहारी ठिकाणे बरीच माहीत आहेत. आम्ही 'कुरा-सुशी'ला गेलो. तिथे मी त्याला म्हटले, "आज माझ्या वाढदिवसाची सुरवात छान झाली. आता माझ्याकडून ट्रीट". तर मला म्हणाला, "नाही, माझ्याकडून ट्रीट." त्याला म्हटले, "आधी नोकरीला तर लाग, कमवायला लाग, मग मीच ट्रीट मागेन." तर म्हणाला, "पार्ट टाईम जॉब करतोय सेनसेइ." मी काही त्याचे ऐकले नाही. मला माझ्या विद्‌यार्थ्यांनी खर्च केले तर आवडत नाही. तिथे ऑर्डर कशी करायची, सुशी खाऊन झाल्या की रिकाम्या बशा कशा बिलासाठी मोजायच्या हे सर्व तो मला दाखवत होता. आम्ही दोघांनी खूप चविष्ट सुशी खाल्ल्या. त्यानंतर मला तो तेंनोजी स्टेशनच्या मॉलमध्ये घेऊन गेला. तिथे स्टार बक्समध्ये घेऊन गेला.

तेव्हा साकुराचा ऋतू सुरू होणार असल्यामुळे सगळीकडे साकुराचे पदार्थ, सोविनिअर्सची रेलचेल होती. ऋषिकेशने माझ्यासाठी घरी घेऊन जाण्यासाठी साकुराच्या फुलांचे आइस्क्रीम तर घेतलेच शिवाय त्यावेळी उपलब्ध असलेले साकुरा डिझाईनचे २००० येन भरून कार्ड पण मला वाढदिवसाची भेट म्हणून दिले. माझ्या डोळ्यात पाणी आले. 'पार्ट-टाईम जॉब करून शिक्षण घेत असलेल्या माझ्या विद्यार्थ्याने माझ्यासाठी इतका खर्च करू नये' असे मला वाटत होते, त्याचबरोबर त्याचा माझ्याबद्दलचा आदर, प्रेम हे सगळेही कळत होते. मग मी काही बोलले नाही. आम्ही आपापल्या स्टेशनसाठी निघालो.

२६. जपानी आई-बाबा, दोतोंबोरी आणि क्युशु भोजन....

२०१९ मध्ये जपानी आई-बाबांसोबत 'सुशीया'मध्ये जेवलेल्या स्वादिष्ट जेवणाबद्दल माझ्याकडून आभाराच्या स्वरूपात माझ्या वाढदिवसाची ट्रीट द्यावी असे माझ्या मनात होते. जपानला जाण्याआधी मी हिरोयुकी सेनसेइंना कल्पना तर दिली होतीच, शिवाय त्यांच्याकडून वचनही घेतले होते की यावेळी मी माझ्यातर्फे आई-बाबांना जेवायला बोलवणार असल्यामुळे मीच खर्च करणार आहे.

संध्याकाळी ८ वाजता दोतोंबोरीच्या पुलावर (एबिसूबाशी) भेटायचे ठरले. मी २० मिनिटे आधीच पोहोचले होते. नचिकेतला मी विचारून ठेवले होते की साधारण ४ जणांचे जेवणाचे बील किती होऊ शकते. अर्थात कोणत्या रेस्टॉरंटमध्ये जाऊ त्यावर अवलंबून होते. मला दोतोंबोरी येथील चांगली रेस्टॉरंट्स फारशी माहीत नव्हती. जे काही आत्तापर्यंत सेनसेइंसोबत गेले होते तेवढीच, आणि ती सुद्धा ह्या भागातली नव्हती. नचिकेत म्हणाला, "सेनसेइ २०००० येन असू देत बरोबर. साधारण चार जणं जेवायला गेले की होतेच इतके बील". मी त्याचे ऐकून २५००० येनच घेऊन ठेवले होते. कमी नको पडायला.

मला दोतोंबोरीमध्ये फिरायला आवडते. जपानी भाषेत एक शब्द आहे.... 'निगियाका' म्हणजे उत्सवाचा जसा गडबड गोंधळ असतो

तशी माणसांची फार गर्दी नाही तरी उत्साहित वातावरण असलेली जागा. दोतोंबोरीला हे अगदी योग्य विशेषण आहे. मला तिथले हलणारे म्युरल बघायला आवडतात. त्यात मुख्यतः क्रॅब तर अगदी खरा वाटतो. झगमगणारे निऑन लाइट्स, ग्लिको माणूस (जपानीत ह्याला गुरिको म्हणतात) ही इथली मुख्य आकर्षणे आहेत. इथे तरुण-तरुणी आनंदात आइस्क्रीम, लाँग पोटॅटो (एक बटाटा सलग चकत्या करून एका लाकडाच्या काठीवर लावून भाजतात त्यावर मयोनिज, टोमॅटो केचप, चीज असे बरेच काही घालून सजवतात), ताकोयाकी ('ऑक्टोपस'पासून बनवलेला ओसाकाची खासियत असलेला पदार्थ), स्ट्रॉबेरी स्टिक (लाकडाच्या काठीवर एकावर एक सहा स्ट्रॉबेरी लावून त्यावर साखरेचा पाक पसरवतात), दांगो (तांदूळाच्या पिठापासून बनवलेला गोड पदार्थ), म्हातारीचे केस (जपान मधे खूप मोठा आकार असतो), कुशिकात्सू (स्क्यूअर्स) असे रस्त्यावर मिळणारे पदार्थ खात, हसत, बागडत फिरत असतात. मला एके ठिकाणी बसून हे सर्व पाहायला आवडते. तिथे त्रास होईल असे काही नसते. स्टार-बक्समध्ये ऋतुनुसार खाण्याचे पदार्थ, कॉफीचे वेगवेगळे फ्लेवर्स, सोविनिअर्स आलेले असतात. ते गिऱ्हाइकांना आकर्षित करतील असे मांडून ठेवलेले असतात. पुलावर कोणीतरी एखादी तरुणी माईक घेऊन गात असते. तिला पैशांची गरज असते. तिने ठेवलेल्या ताटलीमध्ये लोक येनची नाणी ठेवतात. मी पण त्यावेळेस ठेवली. काही तरुण मुले जादूचे खेळ दाखवत असतात किंवा नकला करत असतात. हे अखंड चालू असते. जत्राच जणू. 'तोंबोरी' नदीमधून लॉन्चने लोकं नदीतल्या प्रवासाची मजा

घेत असतात. रात्र झाली की सगळीकडे आरास केलेले जपानी कंदील उजळतात.

या सगळ्यात २० मिनिटे कापरासारखी उडून गेली. बरोब्बर ८ वाजता माझ्यासमोर सेनसेइ आले. त्यांच्या पाठोपाठ आई-बाबा होते. मी त्यांना भेटले. जपानी रिवाजानुसार अभिवादन झाले. मी त्यांना २०१९ नंतर आत्ता भेटत होते. आम्ही गप्पा मारत चालू लागलो. एका रेस्टॉरंटमध्ये शिरलो. बहुतेक सेनसेइंनी आधीच रिझर्व्ह करून ठेवले असावे. आमचे थंडीचे कोट तिथल्या तरुणीने काढून आतमध्ये नेऊन ठेवले. मला सेनसेइ म्हणले, "हे क्युशुच्या (जपान हे ४ मुख्य बेटांनी बनले आहे. उत्तरेला होक्काइदो, मध्ये होन्शु, दक्षिण पूर्वेला शिकोकु आणि दक्षिणेला क्युशु) पदार्थांचे रेस्टॉरंट आहे." मला क्युशुचे पदार्थ कोणते आणि कसे असतात याबद्दल अजिबात माहिती नव्हती. मी फक्त मान डोलावली. तेवढ्यात एक किमोनो घातलेली तरुणी आली आणि तिने 'ओशिबोरी' (गरम हात रुमाल) आमच्यासमोर आणून ठेवले. थंडी होती त्यामुळे त्या रुमालाने चेहेरा टिपताना खूप छान वाटले.

त्यानंतर एक-एक डिश येऊ लागली. फाईन डायनिंग रेस्टॉरंट होते ते. सगळे पदार्थ मांसाहारी होते हे काही सांगायला नको. परंतु सेनसेइ आणि आई-बाबांना माहीत होते की मी बीफ आणि पोर्क खात नाही त्यामुळे त्यांनी माझ्यासाठी मासे आणि चिकनचे पदार्थ मागवले होते. आमच्या गप्पा खूप रंगल्या. ते दोघं मला भारताविषयी माहिती विचारत होते. सेनसेइ इतर वेळी खूप बोलतात,

पण आई-बाबांसमोर फार बोलत नाहीत. काही विचारले तर उत्तर देतात हे मला जाणवले.

त्या किमोनो घातलेल्या तरुणीने भात आणला. त्याच्या नुसत्या सुवासानेच कळत होतं की तो किती स्वादिष्ट असणार आहे ते. तो तिने मातीच्या भांड्यातून आणला होता. मला तेव्हा काश्मीरची आठवण आली. काश्मीरमध्ये मातीच्या भांड्यात भात शिजवतात जो अतिशय अप्रतिम लागतो.

भातावरून विषय निघाला तेव्हा सेनसेइ सांगत होते की भारतामध्ये तांदूळ जितका जुना तितका भात चांगला होतो. लोकं नवीन तांदूळ घेऊन तो कधी वर्षभर ठेवून देतात. आई-बाबा हे ऐकून आश्चर्यचकित झाले. मला म्हणाले, "खरं आहे का हे?" मी हो म्हटले. जपानमध्ये शेतातून काढलेला तांदूळ लगेच वापरतात. जुना अजिबात वापरत नाहीत. ही माहिती माझ्यासाठी नवीन होती. त्याने आश्चर्य तर वाटलेच पण त्यापेक्षा जास्त आश्चर्य याचे वाटले की सेनसेइंना हे कसे माहीत की आपण जुना तांदूळ वापरतो. मी त्यांना त्याबाबत विचारले तेव्हा म्हणाले, "मी एक वर्ष पुण्यात राहिलो आहे. इतकं तर माहिती असणारच ना". खरंतर माणसे अनेक काळ दुसऱ्या प्रदेशात किंवा देशात राहतात पण सखोल माहिती तेव्हाच असते जेव्हा त्यांना त्या प्रदेशाबद्दल शिकायची आवड किंवा जाणून घेण्यात रुची असते.

आता आइस्क्रीम खायची वेळ झाली आणि आम्ही त्या थंडीमध्येही आइस्क्रीमचा आस्वाद घेतला. मी सेनसेईंना सांगत होते की मी बील देणार आहे आणि तुम्ही मला प्रॉमिस केले आहे. जपानी माणूस प्रॉमिस कधी मोडत नाही. मी हळूहळू बोलत होते पण ते काही ऐकत नव्हते. मला म्हणाले, "आज जे काय आहे ते आई-बाबांनी ठरवले आहे."

इतक्यात त्या वाढणाऱ्या तरुणीने एक स्ट्रॉबेरी केक आणला. त्यावर मेणबत्त्या होत्या. हा माझ्यासाठी आनंदाचा आणि आश्चर्याचा सुखद धक्का होता. म्हणजे सेनसेईंना माझा वाढदिवस आहे ते माहीत होते तर. मला जरा रडायला येऊ लागले. अशाप्रकारे माझा वाढदिवस जपानमध्ये साजरा होईल अशी मी कल्पनाही केली नव्हती. नेहमी वाढदिवशी असणारे माझे घरातले किंवा विद्यार्थी आज नव्हते. पण त्याची उणीव सेनसेईंनी आणि आई-बाबांनी भरून काढली होती. माझ्या डोळ्यात आलेल्या पाण्यामुळे मला केक दिसेना. मेणबत्त्या विझवल्यानंतर आई म्हणाली, "पोट भरले असेल तर हा असाच घरी ने. कापुया नको. आम्ही खाणार नाही आहोत." मी त्यांना आग्रह तरी कसा करणार? त्यांनीच आणला होता ना. शेवटी तो तसाच बॉक्समध्ये बंद करून मला दिला. आईने मला एक बॅग गिफ्ट म्हणून दिली आणि संजयसाठी सेंट दिले.

आता मात्र मी सरळ सांगितले की मला सेनसेईंनी प्रॉमिस केले होते की ही ट्रीट माझ्याकडून असणार आहे. तेव्हा आई आणि बाबा म्हणाले, "आम्ही त्याला सांगितले होते की आम्ही ट्रीट देणार

आहोत". "आमच्यासाठी परदेशातून कोणीतरी येऊन, आमच्याशी इतकं छान जपानी बोलून, आम्हाला आमच्या व्यस्त कामातून बाहेर निघण्याची संधी देऊन एक छान संध्याकाळ घालवण्याचे कारण बनते आहे. हे सर्व आमच्यासाठी खूप आनंदाचे आहे. आम्ही कधी कुटुंब मिळून बाहेर जेवायला जात नाही. तू आलीस त्यानिमित्ताने हे घडले. तू अजिबात वाईट वाटून घेऊ नकोस." इथेच मला कळले की माझे ओसाकामध्ये आई-बाबा आहेत आणि हे कुटुंब मला त्यांचे मानते. मी मग बील देण्याचा हट्ट न धरता आई-बाबांचा मान ठेवला.

आम्ही बाहेर पडलो तेव्हा चांगलीच रात्र झाली होती. थंडी वाढली होती. पण प्रेमाच्या ऊबेमुळे का कोण जाणे थंडी कमी वाजत होती. स्टेशनपर्यंत सोडायला सेनसेइ आले. मी गाइकोकुचोला जाणाऱ्या ट्रेनमध्ये बसले आणि सेनसेइ त्यांच्या घरी जायला वळले.

आजचा वाढदिवस माझ्यासाठी अविस्मरणीय होता ....

२७. तोएइ क्योतो स्टुडिओ पार्क आणि रानदेन...

हिरोयुकी सेनसेइंनी मला काही दिवसांपूर्वी विचारले होते की क्योतोचे तोएइ स्टुडिओ पार्क पाहिले आहेस का? मी क्योतोमध्ये देवळे सोडून इतर काही पाहिले नव्हते. तोएइ क्योतो स्टुडिओ पार्क म्हणजे एदो काळातील सामाजिक जीवन दाखवणारी घरे, तसेच निंजाची घरे आणि 'निंजा-शो'साठी बांधलेले थिएटर इत्यादींनी सजलेले असावे (आपल्याकडे जशी रामोजी फिल्मसिटी आहे तसे) अशी कल्पना मी सेनसेइंनी केलेल्या वर्णनावरून केली होती. मला एदो काळाबद्दल वाचायला तर आवडतेच शिवाय त्यावेळेच्या कला, त्या काळातील जपानची प्रगती याबद्दल मी जपानी भाषेत बी.ए. आणि एम.ए. करताना वाचले आहे. तो कालावधी जपानचा सोनेरी कालावधी होता. उकीयो-ए (वूड ब्लॉक प्रिंट चित्रे), इकेबाना, काबुकी, टी सेरेमनी, शोदो (जपानी कॅलिग्राफी) अशा अनेक गोष्टींनी समृध्द झालेला जपान म्हणजे एदोचा काळ. १६०३-१८६७ या एदोच्या काळात जपानची आर्थिक प्रगती तर झालीच शिवाय परकियांना निषिद्ध केलेला प्रवेश, लोकसंख्येवर ताबा, शांतता आणि सुव्यवस्था अशा अनेक कारणांमुळे तो काळ जपानचा सुवर्णकाळ म्हणून ओळखला जातो. एदोचे संग्रहालय टोकियोमध्ये आहे. परंतु सद्ध्या त्याचे आधुनिकीकरण चालू असल्यामुळे बंद आहे. सेनसेइंनी स्टुडिओ पार्कला जाण्यासाठी विचारल्यानंतर मी लगेच हो म्हणून टाकले.

रविवारी सेनसेइंना 'त्यांनी मनात आणले तर' सुट्टी असते त्यामुळे २६ तारखेच्या रविवारी जायचे ठरले. नाम्बा स्टेशनवर भेटायचे ठरले (जे आमच्या २०१९च्या चुकामुकीच्या ऐतिहासिक प्रसंगामुळे लक्षात राहिले होते, त्यानंतर नेहमीच तिथेच भेटायचे ठरवले जाते). सेनसेइंना आणि मला ते सोयीस्कर होते.

तोएइ क्योतो स्टुडिओ पार्कला कसे जायचे ते काही मी सेनसेइंना विचारले नव्हते. ICOCA कार्डमध्ये मी २००० येन भरले. दरवेळेस तिकीट काढायला थांबायला नको आणि कोणत्याही लाईनने गेले तरी हे कार्ड सोयीस्कर पडते.

ओसाका ते क्योतो आम्ही 'हांक्यु लाईन'ने 'साइइन' स्टेशनपर्यंत गेलो. तिथे मात्र मला आनंदाश्चर्याचा धक्का बसला. तिथून आम्ही 'आराशियामा रानदेन'ने (एका बोगीची ट्राम) तोएइ क्योतो स्टुडिओ पार्कला जाणार होतो. 'रानदेन'मध्ये बसणे हे माझे एक स्वप्न होते, जे मी लॉकडाऊनच्या काळात NHK वर क्योतोची स्थळे पाहताना बघितले होते. अतिशय सुंदर जांभळा रंग असलेली, चकचकीत रानदेन ही स्वप्ननगरी मधली ट्रेन वाटावी इतकी सुरेख आहे. क्योतोची शान असणाऱ्या या रानदेन ट्राम्स क्योतोचे मनोहारी दर्शन घडवतात. क्योतोच्या जनतेला या ट्रामबद्दल विशेष जिव्हाळा, प्रेम आणि अभिमान आहे. इतर शहरांमध्ये विविध कंपनीच्या ट्राम्स बघायला मिळतात. मात्र क्योतोमध्ये रानदेन ही एकच ट्राम आता उरली आहे. आम्ही स्टेशनवर उभे असताना दुरून घंटेचा आवाज करत येणारी रानदेन दिसली आणि मी पटापट तिचे व्हिडिओ काढले.

तिकीट २५० येन इतके असते आणि उतरताना ते येन किंवा कार्ड या स्वरूपात भरायचे असते. आम्ही चढलो त्या रानदेनमधे गर्दी होती. नीट उभे राहायला मिळाले इतकेच. रविवार होता त्यामुळे साहजिक गर्दी होती. दर १५ मिनिटांनी एक ट्राम होती तरी जी गर्दी होती त्यावरून समजत होते की केवळ परदेशी नाही तर जपानी लोकांनाही रानदेनमधून प्रवास करायला आवडते. मी डब्याच्या शेवटी होते त्यामुळे दूर जाणारा रस्ता, बाजूने जाणारी वाहने ह्या सगळ्याचे छान दर्शन होत होते.

१५ मिनिटात आमचे उतरायचे स्टेशन आले. थंडी खूप होती आणि बर्फ पडायलाही सुरवात झाली होती. अगदी साखरेच्या दाण्याइतका छोटा बर्फ होता. छत्री तर घेतली नव्हती त्यामुळे भिजण्याशिवाय पर्याय नव्हता. उतरलो तिथपासून तोएइ स्टुडिओ फक्त ७ मिनिटांवर होते. तिकिटांच्या रांगेत आम्ही उभे राहिलो आणि तिथल्या पत्रकावर माहिती वाचू लागलो. वेगवेगळ्या गोष्टींसाठी तिकिटांचे दर वेगवेगळे होते. मला राईड्स अजिबात आवडत नाहीत. त्यामुळे त्याचे तिकीट नको काढूया असे मी सेनसेइंना सांगितले. बाकी निंजा-शो, निंजांची घरे शोधणे, 3D चित्रांची फोटोग्राफी, इत्यादीसाठी प्रत्येकी ६००० येन तिकीट होते. आम्हाला एक पिवळा प्लास्टिकचा बंद मनगटात घालायला दिला. तो दाखवला की जे आम्ही निवडले होते तिथे आम्हाला प्रवेश मिळणार होता.

तिकिटाचे पैसे माझ्याकडून घ्या, नाहीतर जेवण माझ्याकडून असे सेनसेइंना सांगून मी त्यांच्याबरोबर आत शिरले.

१९७५ मध्ये तोएइ कंपनीने वसवलेला हा फिल्म स्टुडिओ १३ एकर जमिनीवर आहे. त्यात आतमध्ये १० वेगवेगळी शॉप्स असून ४ मोठी रेस्टॉरंट्स आणि ६ छोटी खाण्याची दुकानेही आहेत. सोविनिअर्सची दुकाने, ॲनिमेची सगळी पात्रे बाहुल्यांच्या स्वरूपात प्रदर्शनात ठेवलेली आहेत. वेगवेगळ्या राईड्स, स्टेजवरचे शोज, भुताटकीच्या घरात बाहुलीचा शोध, 3D चित्रांसोबत फोटोग्राफी, निंजाच्या घरात गुप्त दरवाजे शोधणे, इत्यादी भरपूर मनोरंजनाची स्थळे आणि कार्यक्रम आहेत.

आम्ही सर्वप्रथम एदो काळातील घरे फिरून पाहायचे ठरवले. त्यात घरांवर चित्रलिपीमध्ये ते घर किंवा दुकान कशाचे आहे ते लिहिले होते. त्याकाळातील लोकं कशाप्रकारे व्यवसाय करत असतील, कसे राहत असतील, त्याकाळची साधने, शेतकऱ्यांची अवजारे, लेखनिकाची व लेखनाची साधने, कोळ्यांची मासेमारीची साधने, मासे विकण्याची दुकाने, कागदाचा व्यवसाय असलेले दुकान (सेनसेइ आणि मी ते पाहून खूप हसलो कारण सेनसेइंनचा कागदाचा व्यवसाय आहे. 'त्या काळात कॉम्प्युटर शिवाय लोकं कसा काय व्यवसाय करत होते कोण जाणे' असा विचार करून आम्हाला हसू आले), मेणबत्तीचे दुकान हे सर्व तिथे पाहायला मिळाले. अतिशय उत्तम रितीने आणि ताकदीने डोळ्यासमोर तो काळ उभा केला आहे. सगळी घरे, दुकाने उघडी आहेत. आत जाऊन, तिथे बसून तुम्हाला त्या काळात गेल्यासारखे वाटते. आम्ही तिथे काही फोटो काढले.

आता निंजाचा शो सुरू होणार होता. जुन्या काळात जसं नाटकगृह असायचं तसं बाकडे असलेलं नाटकगृह होतं. आम्ही तिथे निंजाचा शो पाहिला आणि त्यानंतर जेवायला गेलो. तिथले रामेन फारच चविष्ट होते. त्यानंतर मी थोडी खरेदी केली. त्यात मला ५६ गेइशांची चित्रे असलेले पत्ते मिळाले. हे अजून कुठे मिळणार नव्हते. म्हणून मी घेतले. मी काही पत्ते खेळत नाही, पण संग्रही असावे म्हणून घेतले. त्या पत्त्यांसाठी वापरलेल्या कागदाचा दर्जा अतिउत्तम आहे.

तिथून आम्ही निंजाच्या घरात गुप्त दरवाजे शोधणे, भुताटकीच्या घरात बाहुली शोधणे अशा मजेदार खेळात भाग घेतला. त्यांनाही या सगळ्या खेळांमध्ये माझ्या इतकाच सहभाग घ्यायचा होता हे पाहून मला बरे वाटले. माझा उत्साह लहान मुलांच्याही वरताण आहे हे माझ्या विद्यार्थ्यांना जसे माहीत आहे तसे सेनसेइंनासुद्धा माहीत आहे. ते माझ्याबरोबर यायला तयार असतात किंवा स्वतःहून जागा सुचवतात. आमचे विचारही बऱ्यापैकी जुळतात. वादविवाद फारसे होत नाहीत. एकमेकांबद्दल आदर आहे. परिपक्व समजूतदारपणा आमच्या नात्यामध्ये आहे. मी त्यांना आणि त्यांनी मला कधीही गृहीत धरले नाही आहे. गेली १२ वर्षे आम्ही ओळखतो तरीही आमच्यामध्ये एक प्रकारे औपचारिक संबंध आहेत.

सकाळी ११ पासून ते आता ४ पर्यंत फिरून, कार्यक्रम पाहून मला थोडे दमायला झाले होते. ५ वाजता हे स्टुडिओ पार्क बंद होते. आम्ही कॉफी पिऊन निघायचे ठरवले.

आजचा दिवस खरंच छान होता.

ओसाकाला आल्यानंतर आम्ही एकमेकांचा निरोप घेतला.

मी क्योतोच्या प्रेमात तर २००८ मध्येच पडले होते, पण आता ते प्रेम अधिकच वाढले होते. उद्या मी परत क्योतोला यायचे ठरवले.

२८. हिगाशीहोनगानजी ...

क्योतोमध्ये जवळ जवळ ५०० देवळे आहेत. त्यात बुद्ध धर्माची आणि शिंतो धर्माची दोन्ही देवळे आहेत. प्रत्येक देवालय आगळे वेगळे आहे. देवालय कुठल्या काळात बांधले, कुठल्या राजाने बांधले, तेव्हाची कारागिरी आणि स्थापत्यशास्त्र या सगळ्यांवर देवालयाचा वेगळेपणा अवलंबून असतो. मला क्योतोमधील जितकी जमतील तितकी देवळे पाहायची आहेत. यामध्ये दोन हेतू आहेत. एकतर देवालय बघण्यासाठी जाताना त्या गावाची सैर होते आणि दुसरे म्हणजे देवालयात गेल्यावर मनःशांती मिळते. २०१७ मध्ये मिनू बरोबर जपानला गेले तेव्हा शिंतो धर्माचा अभ्यास करत असल्यामुळे शिंतो धर्माची देवळे पाहिली होती. आता मला बुद्ध धर्माची देवळे अभ्यासपूर्वक पाहायची होती.

क्योतो स्टेशनवर उतरल्यावर 'शिजो' रस्त्याच्या दिशेने चालत गेले की १० मिनिटांच्या अंतरावर 'हिगाशीहोनगानजी' हे बुद्धाचे देऊळ दिसते.

१६०४ मध्ये बांधलेले हे देवालय विविध कारणाने चार वेळा आगीमध्ये भस्मसात झाले. आत्ता दिसणाऱ्या देवळाच्या इमारतींची १९व्या आणि २०व्या शतकाच्या सुरवातीला पुनर्बांधणी केली आहे. 'गोएइदो' हा मुख्य देवालयाचा दिवाणखाना हा क्योतोमधील सगळ्यात मोठी लाकडाची इमारत आणि जगामध्ये सगळ्यात मोठ्या लाकडांच्या इमारतीमध्ये गणला जातो. ९० खांब असलेला

हा दिवाणखाना ७६ मीटर लांब, ५८ मीटर रुंद आणि ३८ मीटर उंच आहे. आत भव्य झुंबरे आहेत. मुख्य बुद्धाच्या मूर्तीच्या उजव्या बाजूला 'शोतोकु ताइशी' (५७४-६२२) व्या जपानच्या बलाढ्य आणि अलौकिक राजाचे चित्र आहे. त्याने सर्वप्रथम जपानमध्ये बुद्ध धर्म स्थापन केला. डाव्या बाजूला बुद्ध साधू 'शिनरान' (११३३-१२१२) याचे चित्र आहे.

तिथे फोटोग्राफीवर निर्बंध आहेत. आत जाताना चपला किंवा बूट काढून प्लास्टिकच्या पिशवीत ठेवून आत जायचे. प्रशस्त हॉलमध्ये एक गोष्ट माझ्या नजरेस पडली ती ही की तिथे काही खुर्च्या ठेवल्या होत्या. आतापर्यंत पाहिलेल्या देवळांच्या हॉलमध्ये तातामी (चटई) पाहिली होती. पण इथे प्रथमच मला खुर्च्या दिसल्या. काही विदेशी लोकांना वज्रासनात बसणे शक्य नसते. त्यांचा विचार करून खुर्च्या मांडल्या असाव्यात. तातामी खराब होऊ नये यासाठी त्या खुर्च्यांच्या चारही पायांना कापडाचे छोटे मोजे घातले होते. जेणेकरून खुर्च्या सरकवताना तातामी खराब होणार नाही.

तातामी (जपानी चटई) वर वज्रासनात बसून डोळे मिटले की तेथील पवित्रता जाणवते. मी जपानी देवळांत आतमध्ये आतापर्यंत कधी फार वेळ बसले नाही कारण बरोबर कोणीतरी ना कोणीतरी असायचे. आज पहिल्यांदा मी एकटीच होते. त्यामुळे मला हवा तितका वेळ बसता येणार होते. तिथे एक जपानी तरुणी आली आणि तिने फळे अर्पण केली. ती सुद्धा वज्रासनात काही वेळ बसली. बाजूला देवालयातील कर्मचारी होते. ते कोणी फोटो काढत नाही आहे ना

यावर लक्ष ठेवत होते. पुजारी नव्हता. मंद तेवणाऱ्या मेणबत्त्या होत्या. सुरेख फुलांचा सुगंध होता आणि झुंबरांचा मंद प्रकाश होता. शांतता होती..... मनाला आनंद देणारी आणि मन शांत करणारी! तिथून उठावे असे वाटत नव्हते. काही वेळाने उठले. बाकीचे देऊळ पाहायचे होते.

देवळाला बरेच दरवाजे होते. मुख्य दरवाजा मोठा होता. त्यावर दोन प्रकारचे कामोन (शिक्का) होते. एक 'शेवंती'चा जो राजघराण्याचा शिक्का आहे आणि दुसरा सरकारी शिक्का 'पाउलोवनिया' फुलाचा आहे. माझे दोन्हीही आवडते आहेत. मी त्याचे अगदी जवळून फोटो काढले. हे सोन्याच्या वर्खाने रंगवलेले असतात. फारच सुंदर दिसतात. एका प्रवेशद्वारावर फक्त राजघराण्याचा शिक्का आहे. त्या प्रवेशद्वाराला 'क्रीसांथिमम गेट' (शेवंती गेट) असे म्हणतात. तो दरवाजा बंद असतो. बाकी इमारतींचे लाकडाचे कोरीव काम पाहात राहावे असे आहे. देवळासमोर अंगणात एक कारंज आहे. परिसर मोठा आणि नेहमीप्रमाणेच स्वच्छ आहे. सभोवताली पाइन वृक्षांची झाडे लावली आहेत. मी तिथे बराच वेळ होते. फोटो काढून मग बाहेर निघाले. आता जेवणाची वेळ झाली होती. काल खूप चालल्यामुळे बऱ्यापैकी दमायला झाले होते. अजून फिरावे का असा विचार करत मी स्टेशनकडे जायला वळले.

२९. महाराजा हॉटिल ओसाका

मी हिगाशीहोनगानजी मधून बाहेर पडले आणि थोडी पुढे गेले तेवढ्यात मला तिथे एक 'कोकेशि बाहुली' दिसली. कोकेशि बाहुली हा जपानी बाहुलीचा एक प्रकार आहे. ज्यामध्ये बाहुलीला हात-पाय नसतात. (आपल्याकडे पूर्वी अश्या बाहुल्यांना 'ठकी' म्हणत.) ते फक्त रंगवलेले असतात. लाकडाच्या या बाहुल्या अनेक आकारात मिळतात. अगदी कीचेन पासून ते ५ फूट उंचीच्या सुद्धा तयार करतात. त्यांचे रंग अतिशय उठावदार असतात. त्यांच्या डोळे, केस, किमोनो ज्याप्रकारे रंगवले असतात त्यानुसार त्या छोट्या मुली आहेत की तरुणी आहेत की वृद्ध आजी-आजोबा आहेत हे कळते. हीच त्या रंगवणाऱ्या कलाकाराची कमाल आहे. आत्तापर्यंत मी लाकडाच्या कोकेशि बाहुल्या पाहिल्या होत्या त्यामुळे आत्ता जी बघत होते ती पण लाकडाची आहे असे वाटावे इतकी ती हुबेहूब होती. पण थोड्या वेळाने लक्षात आले की त्यात हवा भरली आहे. ती आडवी ठेवली होती आणि बरीच मोठी होती. लोकं तिथे फोटो काढत होते. मी पण फोटो काढले.

तेवढ्यात नचिकेतचा मेसेज आला की आज रात्री भारतीय रेस्टॉरंटमध्ये जेवायला जाऊया का? ओसाकामध्ये मी अजून भारतीय रेस्टॉरंटमध्ये गेले नव्हते. एप्रिलमध्ये होणाऱ्या शैक्षणिक सहलीमधील बरेच जण शाकाहारी असल्यामुळे भारतीय रेस्टॉरंटमध्ये जाऊन कसे जेवण आहे, काय किंमती आहेत, सगळेच

बघायचे होते. मी त्याला हो असा मेसेज केला आणि बघितले तर २ वाजून गेले होते. जेवायचे आणि मग ओसाकाला परतायचे ठरवले.

संध्याकाळी ७ वाजता आम्ही महाराजा नावाच्या भारतीय रेस्टॉरंटमध्ये गेलो. वेटर्स अस्खलित जपानी बोलणारे भारतीय होते. काही नेपाळी होते. मी मेनू कार्ड बघत होते. सगळे भारतीय पदार्थ होते. अगदी मसाला-पापडपासून ते थेट मँगो ज्यूसपर्यंत सगळे होते. हे ५० वर्षांपासून ओसाका येथे आहे. अनेक जपानी लोकांना आवडणारे म्हणून प्रसिद्ध आहे.

जपानी लोकांच्या आवडीनुसार आपले पदार्थ थोडे कमी तिखट केले जातात. आम्ही घेतलेले सगळेच पदार्थ खूप चविष्ट होते. तसे मी जवळजवळ १५-१६ दिवसांनी भारतीय जेवण जेवत होते. रेस्टॉरंटचे वातावरण छान होते. तत्पर सेवा होती. तेथील गणपतीची मूर्ती आणि चित्र दोन्ही छान सजवले होते. आमच्या आजूबाजूला जपानी लोकं अगदी व्यवस्थित जेवत होते.

भारतातून एक सहल आलेली दिसत होती. १५-१६ लोकं असावीत. त्यांच्यासाठी बुफे मांडला होता. ती सगळी मंडळी खूष होती. आम्ही त्यांच्याशी थोड्या गप्पा मारल्या आणि बाहेर निघालो.

माझ्या वाढदिवसाच्या दिवशी हिरोयुकी सेनसेईंनच्या बाबांनी मला विचारले होते की तू 'बिवा-को' (बिवा नावाचा क्योतोमधील तलाव) पाहिला आहेस का? नक्की जा. तेव्हापासून मला बिवा-को पाहायला जायचे होते. मी नचिकेतला बिवा-कोला कसे जायचे ते विचारून

घेतले आणि त्याचा निरोप घेतला. रात्रीचे ओसाका स्टेशन पाहायला मला खूप आवडते. नचिकेत परत गेल्यानंतर मी कितीतरी वेळ एकटीच ओसाका स्टेशनवर होते.

दूरवर दिसणाऱ्या टोलेजंग इमारती आणि त्यात लुकलुकणारे दिवे, झाडांना केलेली रोषणाई, स्टेशन वरच्या 3D जाहिराती, सरकत्या जिन्यावरून शिस्तीने उजव्या बाजूला उभे राहून जाणारे ओसाकावासी, स्टेशनवरच्या दुकानांमधल्या आकर्षक गोष्टी, खाण्याच्या पदार्थांची दुकाने, बेकरीमधून येणारा खरपूस सुगंध, गिफ्ट घेऊन लगबगीने चालणारे तरुण-तरुणी, हे सर्व, स्टार-बक्समध्ये एक कॉफी घेऊन, सभोवताली चलत्-चित्रपट चालू असल्यासारखे 'ओसाकातील जनजीवन' पाहात बसायचे हा आता माझा आवडता छंद झाला होता. बरीच रात्र झाली, मग मात्र गाइकोकुचोची ट्रेन पकडून मी हॉटेलवर परतले. उद्या बिवा-कोला जायचे होते. बिवा-कोचे वर्णन खूप ऐकले होते. आता प्रत्यक्ष पाहायची ओढ लागली होती....

३०. बिवा-को

'बिवा' हे एका जपानी संगीत वाद्याचे नाव आहे. 'को' म्हणजे सरोवर. 'बिवा-को' ह्या सरोवराचा आकार बिवा ह्या वाद्यासारखा असून जपानमधील सर्वांत मोठे सरोवर म्हणून ते प्रसिद्ध आहे. जपानच्या शिगा प्रांतामध्ये पसरलेल्या ह्या सरोवराची लांबी ६४ किमी आहे आणि हे सरोवर ६७२ स्वेअर किमी इतक्या परिसरात पसरले आहे. सभोवतालच्या पर्वतांमधून येणाऱ्या नद्यांच्या पाण्यामुळे हे जिवंत पाण्याचे सरोवर म्हणून प्रसिद्ध आहे. नैऋत्य (दक्षिण-पश्चिम) दिशेला ह्याची खोली ३३८ फूट आहे आणि वायव्य (उत्तर-पश्चिम) दिशेला ह्याची खोली २०० फूट आहे. वसंत ऋतूमध्ये पर्वतांमधून वितळून येणाऱ्या बर्फामुळे आणि हिवाळ्यात येणाऱ्या चक्रीवादळांमुळे याची उंची १० फुटांनी वाढते.

बिवा-कोवर आधारित मी एक काल्पनिक कथा लिहिली होती. माझ्या कल्पनेमधील बिवा-को प्रत्यक्ष कसे असेल याची उत्सुकता लागली होती.

ओसाकाहून कुसात्सु या स्टेशनपर्यंत जाऊन तिथून बसने जायचे होते. साधारण दीड तास लागणार होता. मी सकाळी ८ वाजता निघाले. कुसात्सुला ९:३० पर्यंत पोहोचले आणि मला लगेच बिवा-कोला जाणारी बस मिळाली. बसमध्ये मी एकटीच प्रवासी होते. अतिशय सुरेख टुमदार वस्ती असलेल्या गावातून बस जात होती. नंतर आजूबाजूला शेती दिसू लागली. दूरवर पसरलेली भातशेती

काही ठिकाणी हिरवीगार होती तर काहींमधे अजून पेरणी झालेली दिसत नव्हती.

थोड्या वेळाने बर्फाने काहीसे आच्छादलेले पर्वत दिसू लागले. निळे आकाश, निळे पर्वत त्याच्या अग्रावर हलकासा पसरलेला बर्फ. निसर्गाचे ते नयनरम्य रूप पाहून मन प्रसन्न झाले. शेवटचा बस स्टॉप आला, तो होता बिवा-को म्युझियमचा. इथेच उतरायचे होते, हे काही मला माहीत नव्हते. बस ड्रायव्हरने मला "इथे उतारा" असे सांगितले. मी त्यांना परत स्टेशनला जाणारी बस कुठे मिळेल विचारल्यावर त्यांनी मला तो बस स्टॉप दाखवला. समोरच्या बाजूला काही पावले चालल्यावरच होता. तिथे जाऊन मी बसचे वेळापत्रक पाहून ठेवले.

जिथे उतरले तो रस्ता सरळ सरोवराकडे जाणारा होता. काही पावले चालत गेले. समोर दिसले ते निळेशार अथांग पाणी..... त्यावर काही पक्षी अंग भिजवत होते; हलक्याशा लाटा येऊन किनाऱ्याला स्पर्श करून जात होत्या; दूरवर नजर जात होती तिथे बर्फ असलेले निळे डोंगर दिसत होते! मन शांत होणे, मंत्रमुग्ध होणे, भान हरपणे, समाधी लागणे हे सगळे वाक्प्रचार प्रत्यक्षात अनुभवायचे असतील तर बिवा-कोला नक्की भेट द्या. निसर्गाने भरभरून दिलेले दान आणि असंख्य हाताने उधळलेली संपत्ती जतन कशी करावी याचे उत्तम उदाहरण म्हणजे जपान.

एखाद्या योग्याने सर्व मोहमयी दुनियेचा त्याग करून हिमालयात जाऊन तपश्चर्या केल्यानंतर त्याला जे परमात्म्याचे ज्ञान होत असेल आणि मोक्ष मिळत असेल ते काय असावे याचा अंदाज बिवा-को बघताना मला आला.

सरोवराच्या बाजूला अफाट पसरलेले हिरवेगार मैदान. त्यामधून सरोवराच्या कडेकडेने जाणारा वळणदार काळभोर रस्ता, मधेच त्यावरून जॉगिंग करत जाणारा युवक, सरोवरात डुंबायला आलेले असंख्य पक्षी, हे सगळे चित्रवत होते. पूर्ण परिसर शांत होता. पक्ष्यांचे मंजुळ आवाज आणि हलक्या लाटांचा काय तो आवाज येत होता. थोडे पुढे गेले तेव्हा पांढरी वाळू लागली. त्यावरून चालत ५०० पावले गेल्यावर पाण्यामध्ये उतरण्यासाठी पायऱ्या होत्या. मी तिथल्या पायरीवर बसले. समोरचा देखावा बघत असताना पॅनगॉंग सरोवरचे पाहिलेले फोटो आठवले.

तिथे थोडावेळ बसल्यानंतर मी ठरवले जेवढा परिसर फिरून बघता येईल तेवढा पाहायचा. मला अजिबात घाई नव्हती. घरी जाऊन ना स्वयंपाक करायचा होता, ना कपडे-भांडी करायची होती. इतका निवांत वेळ परत कधी मिळेल सांगता येत नाही. माझे जपानमध्ये त्याजागी परत परत जाणे होते हे खरे आहे आणि बिवा-को पाहिल्या क्षणी मी ठरवले होते की इथे वसंत आणि शरद ऋतुंमध्ये परत यायचे. तरीही 'आत्ता शक्य तेवढे पाहून घेऊ' या विचाराने मी चालायला सुरवात केली.

थोडे अंतर चालून गेले तर एक जपानी आजोबा तिथे मासेमारी करण्याचे सामान कारमधून उतरवत होते. मला इतका आनंद झाला की कोणीतरी मला फोटो काढण्यासाठी मिळाले. माझे सेल्फी अजिबात चांगले येत नाहीत. त्यावरून अदिती नेहमी मला चिडवत असते. बिवा-कोला समोर उभे राहून स्वतःचा फोटो नाही काढायचा म्हणजे महाबळेश्वरला जाऊन स्ट्रॉबेरी न खाण्यासारखे किंवा पुण्याला जाऊन चितळे बाकरवडी विकत न घेण्यासारखे होते. आजोबांना मी नम्र विनंती केली की माझा एक फोटो काढाल का? आजोबा म्हणाले, "मला काही छान फोटो काढता येत नाहीत पण प्रयत्न करतो." त्यांनी फोटो काढल्यावर जपानी पद्धतीने त्यांना कमरेत वाकून मी ३ वेळा धन्यवाद म्हटले. त्यांनी पण विनायाने म्हटले की फोटो चांगला आला असेल तर तुला माझी मदत झाली याचा मला आनंद आहे.

तिथून मी निघाले २० एक मिनिटांनी मला एक बगीचा दिसला.

३१. ट्युलीप आणि हिवाळ्यातील फुले

बिवा-को पाहून समाधान होत नव्हते, पण आजूबाजूला काय आहे ते पाहावे या उद्देशाने मी थोडे अंतर पुढे चालून गेल्यावर एक बाग दिसली. प्रवेश फी २०० येन होती. बागेमध्ये फोटो काढले तर चालतील अशी पाटी बाहेर लावली होती. बाग किती मोठी आहे, तिथे काय काय आहे, हे कळावे यासाठी गेट बाहेर नकाशा लावला होता.

मी आत शिरले.... पाहाते तो काय.... ट्युलीपच्या फुलांचे ताटवे होते! अनेक प्रकारचे ट्युलीप मी पहिल्यांदाच पाहात होते. लाल, पिवळे जर्द, गुलाबी, पांढरे, जांभळे, गडद गुलाबी, केशरी इतक्या रंगांचे ट्युलीप म्हणजे डोळ्यांना खाद्य होते. तिथे जपानी लोकं फुलांचे फोटो काढत होते. जपानी लोकं पर्यटन स्थळांना भेट देतात तेव्हा स्वतःचे फोटो फारसे काढत नाहीत. सेल्फी काढणारे जपानी तर मी पाहिलेच नाहीत. पर्यटन स्थळं पाहताना आनंद घेण्याची वृत्ती यामध्ये जपानी लोकं आणि इतर देशातील लोकं यात फरक आहे. मी साकुराच्या झाडाखाली किंवा किनकाकुजी समोर उभे राहून ग्रुप फोटो काढणारे जपानी अजूनपर्यंत पाहिले नाहीत. आपण इथे जाऊन आलो याचा पुरावा फोटो या माध्यमातून द्यायचा कोणताही अट्टाहास जपानी लोकांमध्ये मला दिसला नाही.

ट्युलीपच नाही तर हिवाळ्यातील अनेक सुरेख नाजूक फुले तिथ होती. काही ताटव्यांमध्ये तर काही कुंड्यांमध्ये लावली होती. बागेमध्ये कारंज होते. एक छोटेसे तळे होते. त्यावर जपानी

पद्धतीचा अर्ध वर्तुळाकार लाकडी पूल होता. फिरून थकायला झाले तर बसण्यासाठी बाक आणि काही आरामदायी बैठकीची घरे होती. बागेच्या दुसऱ्या टोकापर्यंत चालत गेले आणि समोर पाहाते तर बिवा-कोचे दर्शन झाले. सूर्य वर आला होता आणि उन्हात पाणी चांदीसारखे चमचमत होते.

दुपारचा १ वाजून गेला होता. माझी तहान भूक बिवा-को पाहून हरपली होती, पण आता बराच वेळ काही खाल्ले नव्हते. शिन ओसाकाला बुलेट ट्रेनमध्ये चढण्याआधी मी नेहमी प्रमाणे ओनिगिरी (राईस बॉल्स) आणि सँडविच घेतले होते. कुठेतरी बसून खाता येईल का हे मी बघत होते. बागेत खाण्या पिण्याची परवानगी नव्हती. मी बागेतून बाहेर पडले. मी जिथे उतरले होते तिथे मला एक कॉफी शॉप दिसले होते. तिथे जाऊया असा विचार केला. जाऊन पाहते तर ते कॉफी शॉप बंद झाले होते. मैदानामध्ये काही बसायला जागा केल्या होत्या, तिथे मी परत गेले आणि तिथे बसून खाऊन घेतले. समोर बिवा-को दिसत होता. बरेच चालल्यामुळे जो थकवा जाणवत होता तो खाल्ल्यानंतर कमी झाला. आता २:३० वाजून गेले होते. मी सकाळी बसचे वेळापत्रक पाहिले होते त्यानुसार पुढची बस यायला अजून ३५ मिनिटे होती.

बिवा-कोचे दर्शन होईल असा कोपरा पकडून मी आराम करायच्या बाकावर बसले. मनात विचार येत होते की एकटीने मी कधी इथे येईन असे आधी ठरवले नव्हते. कोणी सोबत असते तर खरंच जास्त आनंद झाला असता. आनंद वाटला की तो वाढतो. ओकायामा पार्क

काय किंवा आता हा बिवा-को काय, इतका सुरेख निसर्ग बघताना एकटेपणा थोडा अंगावर आला. पण मनाला सांगितले की या पुढचे राहिलेले १२ दिवस एकटीलाच फिरायचे आहे. म्हणून तर ७ आणि २१ दिवसांचा जे आर पास काढला होता. जितकं जमेल तितकं फिरायचे असेल तर हा एकटेपणा असला तरी त्याला काही पर्याय नव्हता. नीलम बरोबरचे दिवस आठवत होते. दोघींनी खूप मजा केली होती.

घड्याळात पाहिले तर बस यायला ८ मिनिटे होती. मी भराभर चालत बस स्टॉपवर गेले. आजूबाजूला कोणीही नव्हते. एक दोन मोटारी गेल्या तेवढ्याच. या पूर्ण परिसरात का बरं इतकी कमी वर्दळ असावी. हिवाळ्याचे दिवस आहेत म्हणून की काय? एकदा नक्कीच साकुरा असताना येऊन पाहायला हवे. बस आली आणि मी चढले. पूर्ण बस रिकामी होती. परत कुसात्सु स्टेशनला येताना थोडी वेगळ्या रस्त्याने जात होती. संध्याकाळ झाली होती. बसमधून काही काळ बिवा-को दिसत होते. माझ्या डोळ्यात नकळत पाणी आले. इथले पक्षी, झाडे, मैदान सगळं किती निर्व्याज आहे. फक्त आनंद आणि समाधान देणे हेच त्यांचे काम. त्यांना असे ठेवण्यात जपानी माणसांनी कोणतीही कसर ठेवलेली नव्हती. कुठेही कागदाचा कपटा, प्लास्टिक बॅग्स, प्लास्टिकच्या बाटल्या, खाऊन टाकलेले बॉक्सेस असे काहीही दिसत नव्हते. सरोवराचे पाणी अतिशय स्वच्छ निर्मळ होते. कुठेही शेवाळ साचून वास येत नव्हता. माणसांच्या सोयीसाठी बनवलेले बाक स्वच्छ होते. सार्वजनिक शौचालये तर जपानमध्ये

नुकतीच सुरू झाली असावीत इतकी नेहमीच स्वच्छ असतात तसेच होते. परत नक्की यायचे असे मनाशी ठरवत असताना उतरायचा स्टॉप आला.

कुसात्सुला उतरून ओसाकाला जायचे होते. आज जवळ जवळ १६-१७ किलोमीटर चालणे झाले होते. घरी जाऊन जेवून झोपावे असे ठरवले. उद्या कुठे जायचे हे अजिबात ठरवले नाही. ते उठल्यावर ठरवणार होते.

३२. कागोशिमा आणि साकुराजिमा

रात्री लवकर झोपल्यामुळे सकाळी लवकर म्हणजे ४ वाजताच जाग आली. मग विचार केला आज लांब कुठेतरी जाऊया. बुलेट ट्रेनमध्ये आराम होईल. पटकन सगळे आवरून नेटवर बुलेट ट्रेनचे टाईम टेबल पाहिले. साकुरा बुलेट ट्रेन कागोशिमापर्यंत जाते. कागोशिमा हे जपानच्या दक्षिण दिशेला असलेले क्युशु नावाच्या बेटावरील शहर आहे. ओसाकापासून साधारण १२०० किलोमीटर अंतर आहे. बुलेट ट्रेनने ४ तास लागतात. मी ठरवले आज कागोशिमाला जायचे. पहिली ट्रेन सकाळी ५:३०ची होती. त्याने शिन ओसाकाला जाऊन साकुरा बुलेट ट्रेन पकडायची होती. ओकायामाला जाताना ज्या साकुरा बुलेट ट्रेनने गेले होते तीच ट्रेन. त्यावेळी मी प्लॅटफॉर्म नंबर लक्षात ठेवला होता. बुलेट ट्रेनचे शिन ओसाकाला २६ प्लॅटफॉर्मस् आहेत. साकुरा २० नंबर प्लॅटफॉर्मवर येते. मी सगळी तयारी करून ५:२०ला स्टेशनवर पोहोचले. गाइकोकुचोहून शिन ओसाकाला जायला २५ मिनिटे लागतात त्यामुळे शिन ओसाकाला ६:१८ची साकुरा मला आरामात मिळणार होती. स्नॅक्स घ्यायला वेळ सुद्धा होता.

साकुरा ट्रेन प्लॅटफॉर्मवर आली आणि मनात विचार आला. जाऊया ना? इतक्या लांब ते ही तिथली काहीही माहिती नसताना. प्लॅन ठरवल्याशिवाय जायचे हे माझ्या स्वभावात नाही. तरीही ठरवले आता जायचे. कागोशिमाबद्दल खूप ऐकले होते. मग प्रत्यक्ष जाऊन पाहूया हा विचार करून मी साकुरा बुलेट ट्रेनमध्ये पाऊल टाकले.

प्रवास ४ तासांचा होता. शेवटचे स्टेशन कागोशिमा होते. संपूर्ण डब्यात मी आणि एक जपानी बाई होती. पावसाला सुरूवात झाली होती. ट्रेनने ओसाका सोडले. माझा इतक्या दूर अंतराचा जपानमधील हा पहिलाच प्रवास होता. दुसऱ्या बेटावर जात होते. मनात थोडी धाकधूक होती. तिथली बोलीभाषा कशी असेल? माणसे कशी असतील? काय बघायचे? प्रवासाला निघाले तर होते पण हे सगळे विचार मनात येत होते. बाहेर पाऊस पडायला लागला होता. त्या धुंद वातावरणात मन रमले. 'उतरल्यानंतर ठरवू काय करायचे ते' असा विचार करून मी बाहेरच्या दृष्यांचा आनंद घेऊ लागले.

मधे थोडा वेळ झोप लागली. जाग आली तेव्हा ट्रेनने हिरोशिमा सोडले होते. चला म्हणजे आता मुख्य होन्शु हे बेट सोडायला थोडाच वेळ होता. मी माझे आवडते पदार्थ खाऊन घेतले आणि आजूबाजूला पाहिले तर काही अमेरिकन चढले होते. एक दोन आज्या सुद्धा चढल्या होत्या. त्यामुळे जरा जागमाग वाटत होती. ट्रेनने होन्शु (हे जपानचे मुख्य आणि सगळ्यात मोठे बेट आहे, जिथे टोकियो, योकोहामा, ओसाका, क्योतो ही शहरे आहेत.) सोडले होते आणि आता समुद्र दिसू लागला. जपानची चार प्रमुख बेटे आहेत. उत्तरेला होक्काइदो, प्रमुख होन्शु, दक्षिण-पूर्वेला शिकोकु आणि आता मी जात असलेले दक्षिणेस असलेले क्युशु. ही सगळी बेटे बुलेट ट्रेनने जोडलेली आहेत. जपानने अशी एकही जागा ठेवली नाही जिथे माणसांना जायला अवघड पडेल. सगळीकडे बुलेट ट्रेन्स तर आहेतच त्याच बरोबर अतिशय सोयीच्या बसेस आणि ट्राम्स आहेत.

कागोशिमा हे ट्राम्ससाठी प्रसिद्ध आहे. मी आज ठरवले की सगळीकडे ट्रामने प्रवास करायचा. कागोशिमा हे अजून एका गोष्टीसाठी प्रसिद्ध आहे. ती गोष्ट म्हणजे साकुराजिमा हा पर्वत.

साकुराजिमा हा जिवंत ज्वालामुखीचा पर्वत आहे. प्रत्येक वर्षी ज्वालामुखीचा उद्रेक होतो आणि लाव्हा पसरतो, राख बाहेर येते. ती दूरवर पसरते. जवळच्या खेड्यातील लोकांना घरे सोडून जाण्याचा इशारा दिला जातो. राख पसरून शेते खराब होतात. कागोशिमाचे रहिवासी साकुराजिमाची पूजा करतात. जपानमधे पर्वतांची पूजा केली जाते. त्यांचे आभार मानले जातात. जपानचा मूळ धर्म शिंतो. या धर्मानुसार सगळ्या नैसर्गिक शक्तींची पूजा केली जाते. नुकताच ९ फेब्रुवारी २०२३ला साकुराजिमा ज्वालामुखीचा उद्रेक झाला होता. सगळ्यात मोठा आणि हानिकारक उद्रेक १९१४ मध्ये झाला होता. फुजी पर्वत जसा आकर्षक आणि अद्वितीय सुरेख आहे तसाच साकुराजिमा सुद्धा आहे. मला दुरून का होईना साकुराजिमा पाहायचा होता.

१०:३०च्या सुमारास कागोशिमाचुओ हे स्टेशन आले. तो शेवटचा स्टॉप होता. मी स्टेशनवर उतरले आणि माहिती केंद्राकडे गेले.

साकुराजिमाला जायचे तर वेळ लागणार होता. फेरीने जायचे होते. एक दिवस राहावे लागले असते. मी काही त्या तयारीने आले नव्हते. माझा विरस झाला. आता स्टेशनबाहेर जाऊन जे काही ट्रामने फिरता येईल ते फिरावे असे ठरवले.

स्टेशनबाहेर येते तर काय समोर ट्रामचे स्टेशन होते. दोन्ही बाजूने फुलांचे ताटवे आणि त्यामधून जाणारे रूळ होते. लोकं ट्रामसाठी थांबली होती. वेगवेगळ्या स्टेशन्सना जाणाऱ्या ट्राम्स होत्या. पण मला कुठे जायचे ते कळत नव्हते. मग मी प्रथम स्टेशनजवळचा परिसर चालून पाहायचा ठरवला.

थोडी पुढे जाते तर काय.... माझा डोळ्यांवर विश्वास बसेना. समोर काही अंतरावर साकुराजिमा दिसत होता. त्याच्या अग्रावरून धूर येताना दिसत होता. भान हरपून मी पाहात राहिले. दुरून इतका सुरेख दिसत होता तर जवळून किती सुरेख दिसत असेल! निळाभोर पर्वत आणि वरून येणारा पांढरा धूर!

मी फोटो काढता यावा म्हणून अजून थोडी पुढे चालत गेले तर तिथे एक सुरेख बाग होती. त्यात काही शाळेतली मुले व्हॉलीबॉल खेळत होती. काही बायका छोट्या मुलांना घेऊन आल्या होत्या. प्रसन्न वातावरण होते. अजिबात गडबड गोंधळ नव्हता. मोटारींचे कर्कश आवाज नव्हते. स्वच्छ हवा, निळे आकाश आणि या सगळ्याच्या पार्श्वभूमीवर दिसणारा साकुराजिमा. मी त्या बागेत थोडा वेळ बसले. मग ट्राम जाईल त्या शेवटच्या स्टेशनपर्यंत जायचे आणि परत मुख्य स्टेशनला परत यायचे असे ठरवले.

मी ट्रामने जवळजवळ २ तास प्रवास केला. त्यामध्ये ३ वेळा वेगवेगळ्या ट्रामने वेगवेगळ्या गावांमध्ये गेले. काही ठिकाणी उतरून चालत जाऊन परत ट्राम पकडली. गावे स्वच्छ होती. सुबक ठेंगणी

घरे होती. उंच इमारती अजिबातच दिसल्या नाहीत. घरासमोर फुलांचे ताटवे होते. रस्ते वळणदार होते. माणसे निवांत दिसत होती. शहरातली घाई कुठेही दिसत नव्हती. साधारण एकच्या सुमारास मी कागोशिमाचुओ ह्या मुख्य स्टेशनला परतायचे ठरवले. पण चुकीच्या ट्राममध्ये बसल्यामुळे मला ती बदलून दुसरी पकडावी लागली. त्यावेळी ट्रामच्या यार्डात असलेल्या ट्राम चालकाने मला मदत केली आणि कुठल्या ट्राममध्ये बसायचे ते सांगितले.

स्टेशनवर आल्यावर भूक लागल्यामुळे मी तिथेच जेवायचे ठरवले. कागोशिमा ज्या पदार्थांसाठी प्रसिद्ध आहे ते काही मी खाऊ शकणार नव्हते. त्यामुळे मी चिनी जेवण घ्यायचे ठरवले. त्यात शिंपले असलेले नूडल्स, तिळाचा गोड पुरण भरलेला लाडू, गोड दही, वांटॉन सुप असे सेट मील घेतले. जपान मधले चिनी जेवण हे चविष्ट असते. भारतामध्ये जसे खूप तेलकट किंवा तिखट करतात तसे नसते. जेवण देणाऱ्या मुलीबरोबर मी सेल्फी काढला.

३ वाजून गेले होते. हॉटेलवर परतायला अजून ५ तास तरी लागणार होते.

कागोशिमाला राहायला नक्की यायचे असे ठरवून मी साकुरा बुलेट ट्रेन पकडली.

३३. कोबे आणि हर्ब गार्डन

आज मी आरामात म्हणजे ७ वाजता उठले. आज जवळपास कुठेतरी जाऊन येऊया असा विचार केला आणि कोबे आठवले. २०१९मध्ये मियुकीला भेटून मग राहिलेला अर्धा दिवस मी कोबेला गेले होते. आज उलट होते मला संध्याकाळी नचिकेत आणि हिरोयुकी सेनसेइंना डिनरसाठी ओसाकाला भेटायचे होते. त्यामुळे सकाळी कुठेतरी जाऊन यावे असा विचार करून मी आवरले.

२०१९ मध्ये कोबेला जाताना मी रॉपिड ट्रेनने हार्बर पोर्टलँडला गेले होते. आज मी बुलेट ट्रेनने जायचे असे ठरवून शिन ओसाकाहून शिन कोबेला जाणारी ट्रेन पकडली. १५ मिनिटात कोबे आले. स्टेशनमधून बाहेर पडते तर काय, नवीन प्रदेशात आले असे वाटू लागले. यापूर्वी मी जिथे आले होते ते कोबे कुठेच दिसत नव्हते. बाहेर चांगलेच ऊन होते. मी थोडे पुढे गेले तर तिथे मला हर्ब गार्डनची पाटी दिसली. नक्की काय असावे असा विचार करत असताना आकाशात मला रोप वे दिसला.

म्हणजे रोप वे ने वर जायचे होते तर! काय करावे, किती वेळ लागेल, काही कल्पना येईना. ज्यांना मी विचारू शकेन असे आजूबाजूला कोणीच दिसत नव्हते. मग रोप वे आणि हर्ब गार्डनचे बाण दाखवणाऱ्या रस्त्याने मी चालायला सुरवात केली. काही तरुणी माझ्या पुढे होत्या. त्या एका लिफ्टमधे शिरल्या. मी त्या लिफ्टकडे जाऊन उभी राहिले आणि बाजूची सूचना वाचली. दुसऱ्या मजल्यावर

हर्ब गार्डनची तिकिटे मिळत होती. मी लिफ्टमधे शिरले. एक मंद मनमोहक सुगंध आला. पाहाते तर छोट्या कप्प्यामध्ये काचेची बाटली आणि त्यात हर्बल काड्या ठेवल्या होत्या ज्याचा सुगंध संपूर्ण लिफ्टमध्ये पसरला होता. मी पहिल्यांदाच असे काही पाहात होते. त्याचा फोटो काढून ठेवला. मुलांना दाखवायला होईल असा विचार मनात आला. यामध्ये हर्ब गार्डनची जाहिरात करणे हा हेतू नसून येणाऱ्या पर्यटकांना कसे चांगले वाटेल, त्यांचे मन कसे प्रसन्न होईल याची एका छोट्या कृतीने काळजी घेतली होती. त्या सुगंधावरून हर्ब गार्डन कसे असेल त्याचा अंदाज येत होता.

दुसऱ्या मजल्यावर ऑफिस होते, तिथे रोप वेची तिकिटे विकली जात होती. त्याचबरोबर तिथे वेगवेगळी नैसर्गिक उत्पादने ठेवली होती जी फुले आणि झाडांपासून केली होती. फुले-पाने यापासून तयार केलेली अत्तरे, परफ्यूमस्, सुगंधी कागद, सुगंधी रुमाल, हाताने वारा घ्यायचे नाजूक जपानी सुगंधी पंखे, एवढेच नव्हे तर उशांचे अभ्रे, स्वयंपाक घरात वापरायचे टॉवेल अशा गोष्टीही 'सुगंधित' होत्या. किंमती जरा जास्तच होत्या. त्यामुळे मी नुसतेच पाहून घेतले. रोप वेचे तिकीट घेताना त्या मुलीला विचारले की राऊंड ट्रीपला किती वेळ लागेल. कारण ते बरेच उंचीवर होते हे मला रोप वेच्या तबकड्या बघताना जाणवले होते. रस्त्यावरून त्या फारच छोट्या दिसत होत्या. त्या मुलीने येऊन जाऊन १ तास आणि गार्डन फिरायला साधारण ४५ मिनिटे लागतील असे सांगितले.

मी रोप वेच्या तबकडीमध्ये चढले. भीती वाटत होती. हाकोनेला नीलमची सोबत होती. परंतु आता एकटीने इतक्या उंचीवर प्रवास करायचा होता. मी शेजारच्या दांड्यांना घट्ट धरून बसले. थोडे पुढे सरकल्यावर त्या तबकड्या ऑटोमॅटिक लॉक होत होत्या म्हणजे मानवी चूक होऊ नये म्हणून ती काळजी घेतली होती. तिथे जपानी भाषेत लिहिले होते की या इथे मशीनद्वारे लॉक केले जाईल. मग माझी भीती जरा कमी झाली.

तबकडीने स्टेशन सोडले आणि मग काय.... समोरचे दृश्य पाहाण्यात माझी भीती कुठल्या कुठे पळून गेली. समोरून खाली येणाऱ्या तबकड्या दिसत होत्या. पाठीमागे दूरवर पसरलेला अथांग निळाशार समुद्र, त्यामधल्या रंगीत बोटी, काही जहाजे, निळे आकाश, कोबे शहर.... सारे काही स्वप्नवत! दुसऱ्याच दुनियेत जात आहोत असे वाटत होते. बऱ्याच उंचीवर आल्यावर एक स्टेशन होते. तिथे उतरणे काही जणांनी पसंत केले. तिथून वरपर्यंत चालत जायला नागमोडी रस्ता होता. मी उतरले नाही. पुढचा प्रवासही मी रोप वेने करायचा असे ठरवले.

थंडीचा ऋतू असल्यामुळे सगळी पानगळ झालेली झाडे दिसत होती. खूप दाट जंगल होते ते. डोंगरच होता तो. तिथे 'हर्बल गार्डन' ही कल्पना मला फार आवडली होती. त्या डोंगरावर उपलब्ध असलेल्या वनस्पती, फुले, फळे, पाने यांचा वापर करून संपूर्ण हर्बल गार्डन तयार केले होते. आपल्याकडे सुद्धा सह्याद्रीचे कडे आहेत. त्यावर असे गार्डन बांधले तर पर्यटकांना आकर्षित करता येईल. कोबे

शहराचे काँक्रिटचे जंगल समोरच्या निळ्याशार समुद्राच्या आणि आकाशाच्या पार्श्वभूमीवर डोळ्यांना अजिबात खुपत नव्हते. याला दोन कारणे होती. एकतर शहराचे सौंदर्य जपले होते आणि दुसरे म्हणजे कोबे हे डोंगर आणि समुद्र या दोन नैसर्गिक गोष्टींनी सजले होते.

नुनोबिकी हर्ब गार्डन हे जपान मधले सगळ्यात मोठे हर्ब गार्डन आहे. २०० जातीच्या ७५००० वनस्पतींनी नटलेले हे गार्डन ४०० मीटर उंचीवर आहे. एकूण १२ गुलाबाच्या बागा आहेत आणि विविध ऋतूत फुलणारी इतर अनेक फुले तिथे आहेत.

उतरायचे स्टेशन आले. बरीच माणसे उतरली. मी तिथे दिलेल्या नकाशानुसार एक एक भाग बघायचा ठरवला. त्यापैकी एक होते ग्लास हाऊस. तिथे गेल्यावर अत्तरे आणि परफ्यूमस् तयार करण्याची अनेक जुनी साधने मांडलेली दिसली. अनेक प्रकारची अत्तरे आणि सुगंधी तेले तिथे शोकेसमध्ये रचून ठेवलेली होती. त्यावर कशापासून बनवले आहे ते नाव, किती मिलीलिटर आणि किंमत असे लिहिले होते. आसमंत सुगंधाने नुसता व्यापून गेला होता. तिथे काही काचेच्या बाटल्या १ किंवा २ लिटर इतक्या मोठ्या होत्या ज्यामध्ये परफ्यूम भरून ठेवले होते.

तिथून बाहेर पडल्यावर एक कॉफी शॉप दिसले. थोडा थोडा बर्फ पडायला सुरुवात झाली होती. मी काही ठिकाणचे फोटो काढले. तिथल्या दुकानांच्या बांधणीमध्ये पाश्चात्य पद्धतीचा पगडा दिसत

होता. असंख्य प्रकारच्या फुलांच्या ताटव्यांनी बाग सजली होती. आत्तापर्यंत न पाहिलेली अनेक फुले तिथे पाहायला मिळाली. मला मुळातच फुलांची खूप आवड आहे. तिथे माझा एक तास सहज गेला. मी बाग फिरत असताना तिथे एक जपानी माणूस आणि बाई गवताचे तण काढून मैदान स्वच्छ करताना दिसले. अगदी मन लावून ते दोघं काम करत होते. साधारण ६०-६५ वयाचे असावेत. मला त्यांचे खूप कौतुक वाटले. जपानी माणसाचा कामातला प्रामाणिकपणा काही नवीन नाही. जपान फाऊंडेशनच्या सायकलींची निगराणी करणारे ओजीसान मला आठवले. कोणतेही काम मनापासून करणे ही जपानी माणसाची नैसर्गिक वृत्ती आहे.

बाग सगळी फिरून झाली आणि मी परत जायचे ठरवले. तेवढ्यात माझे लक्ष एका कठड्याकडे गेले. तिथे काही चिनी माणसे सेल्फी काढत होती. म्हटले जाऊन पाहावे. पाहाते तर काय.... त्या कठड्यावरून पलीकडे कोबेचा अथांग सागर दिसत होता. त्याचा निळा रंग आणि आकाशाचा निळा रंग यामध्ये थोडा छटेचा फरक होता. आकाशात पांढरे शुभ्र कापसासारखे ढग होते. समुद्रात फेसळणाऱ्या पांढऱ्या लाटा इतक्या उंचीवरून सुद्धा दिसत होत्या. डोळ्यांचे पारणे फिटेल असे ते दृश्य होते. लोकं पाठीमागे दिसणाऱ्या त्या दृश्यापुढे उभे राहून सेल्फी काढत होते. मी काही तिथे सेल्फी काढला नाही. डोळे भरून ते सौंदर्य मात्र पाहून घेतले. कधी कधी निसर्गाकडे नुसतेच पाहावे. उगाच फोटो वगैरे काढायच्या नादात ते

समाधान घालवू नये. (जपानी लोकं पण असाच विचार करत असावेत का?)

कोबे स्टेशनला जाऊन जेवायचे ठरवले. कोबे हे बंदर असल्यामुळे साहजिक मासे हा जेवणातील महत्त्वाचा भाग होता. मी तिथे शिंपले आणि नूडल्स घेतले. आयुष्यात पहिल्यांदा चोपस्टिक्सने शिंपले खात होते. दुपारी घरी पोहोचल्यावर थोडा आराम केला. संध्याकाळी ओसाकाला जायचे होते. आज आम्ही भारतीय रेस्टॉरंटमध्ये जेवणार होतो.

३४. बिंदू आणि चहा

माझे आणि नचिकेतचे पाण्याच्या घड्याळाकडे भेटायचे ठरले. त्याप्रमाणे मी ८ वाजता तिथे हजर होते. नचिकेतचा मेसेज आला की त्याला उशीर होत आहे आणि मी बिंदू या भारतीय रेस्टॉरंटमध्ये जावे. आता आली का पंचाईत! मला बिंदू रेस्टॉरंट कुठे आहे ते काही माहीत नव्हते. त्याने मला लिंक पाठवली आणि त्याची बॅटरी कमी आहे असाही मेसेज केला. छान.... म्हणजे आता ह्या एवढ्या मोठ्या ओसाका स्टेशनमध्ये शोधा! नेटवरून जागा शोधायला मला अजूनही जमत नव्हते. मी सेनसेइंना मेसेज केला की नचिकेत सरळ बिंदूकडे येणार आहे. तुम्ही कसे येणार आहात? तर त्यांचा मेसेज आला मी बिंदूला पोहचलो आहे. छान.... म्हणजे नचिकेतने त्यांना सरळ बिंदूमध्ये बोलावले होते तर! मी त्यांना मेसेज केला की मला काही बिंदू माहीत नाही. पाण्याच्या घड्याळापासून जवळ असेल तर कसे येऊ? त्यांचा काही मेसेज आला नाही. मग मी ठरवले की आपणच शोधून काढू. तसेही भारतीय रेस्टॉरंट्स इथे कमी असणार त्यामुळे मिळायला सोप्पे जाईल. मी GPS चालू केले आणि चालायला लागले. आता दिशा दाखवेल तसे जावे. ३ मिनिटे अंतर दाखवत होते. मी चालू लागले आणि पाठीमागून "सेनसेइ...." अशी हिरोयुकी सेनसेइंची हाक ऐकू आली. ते माझ्यासाठी आले होते. मी दिशा नक्की चुकणार हा विश्वास त्यांना असावा त्यामुळे मला मेसेज करण्याच्या फंदात न पडता ते लगेच माझ्या ठिकाणी आले. मी त्यांना धन्यवाद देत म्हटले, "मी आले असते, उगाच तुम्हाला त्रास

झाला." ते जपानीमधे म्हणाले, "ताइशिता कोतो वा आरिमासेन" म्हणजे "मी काही विशेष केले नाही." खरेतर त्यांना माझे हरवणे, जागा चुकणे ह्या पुढच्या गोष्टी टाळायच्या असाव्यात असे एकीकडे मला वाटले. पण मी त्याकडे त्यांचा चांगुलपणा असेच पाहिले. 'तुझी तू शोधून ये' असं सांगण्याचा स्वभाव कोणत्याही जपानी माणसाचा नाही. अगदी अनोळखी माणूसही तुम्ही दिशा चुकलात, जागा सापडत नसेल तर मदतीला येतोच.

आम्ही बिंदूमध्ये पोहचलो तर नचिकेत आमच्या आधी आला होता.

बिंदू हे भारतीय रेस्टॉरंट असल्यामुळे सगळे भारतीय पदार्थ मेनू कार्डवर दिसत होते. अगदी मसाला पापडपासून ते चहापर्यंत सगळे पदार्थ होते. जीरा-बटाटा, पनीर-कबाब, चिकन-तंदुरी, व्हेज-बिर्याणी, मसाला-चिकन, नान असा मिक्स मेनू आम्ही मागवला. कारण नचिकेत पूर्ण शाकाहारी आहे आणि सेनसेइंना भारतीय पद्धतीचे चिकन आवडते. जेवण उत्कृष्टच होते. अतिशय चवदार होते. मला इथे येऊन स्वतःचे पाय रोवलेल्या या भारतीय रेस्टॉरंट्सचे फार कौतुक वाटते. जपानची खाद्य संस्कृती फार वेगळी आहे. त्यांच्या जेवणात फार तिखट मसालेदार, फोडणीचे, चमचमीत, तेलकट असे खाद्यपदार्थ नसतात. इथे आलेल्या भारतीय रेस्टॉरंट्सनी जपानी लोकांच्या जीभेला रूचतील असे काही बदल चवीत नक्की केले आहेत, परंतु भारतीय पद्धती आणि मूळ पदार्थ याला कुठेही धक्का पोचणार नाही याची काळजीही घेतली आहे. आपले पदार्थ जपानी

लोकांना आता आवडू लागले आहेत. भारतीय रेस्टॉरंट्समध्ये भारतीय लोकांऐवजी जपानी माणसे जास्त दिसतात. ओसाकामध्ये टोकियोपेक्षा भारतीय रेस्टॉरंट्स अधिक आहेत. मी पहिला भारतीय पदार्थ २०११ मध्ये ओसाकालाच तर खाल्ला होता. कोजिमा सेनसेइंनी नेलेल्या आंतरराष्ट्रीय सांस्कृतिक महोत्सवात मी आणि अदितीने पंजाबी सामोसा खाल्ला होता ते ओसाका मधेच. ओसाकावासियांनी भारतीय पदार्थ आणि खाद्य संस्कृतीला दिलेली ती दाद आहे असेच म्हणावे लागेल. मला तिथल्या भारतीय रेस्टॉरंट्सच्या मालक आणि कर्मचाऱ्यांचे कौतुक वाटले. मी विचारात रमले होते तेव्हा नचिकेत विचारत होता, "सेनसेइ चहा घेणार की दुसरे काही?" मी आल्याचा चहा आधीच पाहून ठेवला होता. त्यामुळे मी तो घेईन असे सांगितले.

आम्ही जेवायला यायचे मुख्य कारण म्हणजे एप्रिलमध्ये मी इथे घेऊन येणाऱ्या शैक्षणिक सहलीसाठी काही गोष्टी ठरवायच्या होत्या. त्यामध्ये हिरोयुकी सेनसेइंना ॲकेडमीचे शिक्षक म्हणून आम्ही आमंत्रण दिले होतेच शिवाय त्यांची काही मदत आम्हाला लागणार होती.

ती चर्चा होत असतानाच चहा आला.

'आले घातलेला चहा' म्हणजे आपली पध्दत काय असते तर आपण आले किसून किंवा थोडे कुटून चहा बनवताना त्यात घालतो आणि नंतर ते गाळून घेतो.

बिंदू हॉटेलमध्ये जो 'आल्याचा चहा' आला, तो म्हणजे त्यांनी चहामध्ये आल्याचे बारीक बारीक तुकडे वरून घातले होते. जे चमच्याने काढून मग चहा प्यायचा होता. ही कोणती नवीन पध्दत आणि का? मग माझ्या लक्षात आले की हे असे आले घातले की त्याचा जो तिखटपणा उकळताना आपल्या चहामध्ये उतरतो तो इथे अपेक्षित नाही. म्हणून केवळ वरून आले घालून ते चहा पिण्याच्या आधी काढून टाकले की त्याचा फक्त दरवळ चहाला येतो. इथे जपानी चवीचा विचार केला असावा. मला मात्र फारच मजा वाटली. चहा कमी गोड होता. जपानी लोकं साखरेचे गोड पदार्थ फारसे खात नाहीत. चहामध्ये त्यांना साखर कमीच लागते. आमच्यासाठी वेटरने साखर आणून दिली होती. पण वरून साखर न घालताच आम्ही चहा प्यायलो. चहा छानच होता. किंमत जरा जास्ती होती. एक चहा ५०० येन म्हणजे ३०० रुपये. असो १००० येनच्या कॉफीच्या मानाने स्वस्तच म्हणायचा.

आमचे बोलणे झाले. काही गोष्टी ठरल्या आणि आम्ही एकमेकांचा निरोप घेतला.

मला झोप अनावर होत होती. हर्ब गार्डनमध्ये फिरले होते. प्रवास बराच झाला होता आणि आता परत ओसाकाहून गाइकोकुचोला जायचे होते. थंडी वाजत होतीच. कधी एकदा पांघरुणात शिरते असे झाले होते. ओसाका मधले दिवस हळूहळू संपत चालले होते.

उद्या कुठेतरी दूर जावे असे ठरवून झोपेच्या आधीन झाले.

३५. फुकुओका.... एक नितांत सुरेख अनुभव

कागोशिमाला जाताना मधे फुकुओका हे क्युशु बेटावरील शहर लागते. माझा एक विद्यार्थी फुकुओका येथे कामासाठी स्थाईक आहे. त्याच्याकडून फुकुओकाचे वर्णन ऐकले होते. माझे ओसाका मधील वास्तव्याचे काहीच दिवस राहिल्यामुळे फुकुओकाला जाऊन यायचे मी ठरवले.

क्युशुला जाणारी साकुरा बुलेटट्रेन पकडून मी फुकुओकाला निघाले.

बुलेटट्रेनने मुख्य बेट होन्शु सोडले आणि निळाशार समुद्र दिसू लागला. त्यातल्या बोटी, वेगवेगळ्या रंगांची जहाजे, छोट्या होड्या बघताना मनात विचार येत होते की जपान ज्या चार मुख्य बेटांनी बनलेला आहे त्या चार बेटांना एकमेकांशी कसे जोडले असावे. तंत्रज्ञानाची खरंच कमाल आहे. एकत्र बांधून ठेवणे, एकजुटीने राहणे हे जपानी लोकांकडून शिकावे. त्यांच्या शिजवलेल्या भाताची शिते जशी एकमेकांना चिकटून असतात, तसेच हे जपानी लोकं आहेत. फुकुओकापर्यंतचा प्रवास अगदी नयनरम्य होता. आज आकाश स्वच्छ होते. फुकुओकाला जाताना मधे जे हिरवेगार डोंगर दिसत होते त्यांच्या पायथ्याशी छोटी छोटी गावे वसलेली होती. त्यात घरांच्यासमोर भाताची शेते होती, मधेच एखादे शिंतो धर्माचे देऊळ,

मधेच बुद्ध धर्माच्या देवळाचा पॅगोडा, नागमोडी रस्ते, त्यावर शिस्तीने धावणारी वाहने, मनुष्य वस्ती असूनही कचरा घाणीचे साम्राज्य नसलेला स्वच्छ परिसर, फुलांचे ताटवे हे सगळे अगदी चित्रातल्यासारखे आणि स्वप्नवत होते. घर, परिसर, गाव, शहरे सारे काही स्वच्छ ठेवणारा जपान अशिया खंडात नक्कीच वेगळा देश आहे. त्याचे श्रेय जपानी लोकांना आहे. नियम हे सगळीकडेच असतात, पण त्याचे पालन करणे हे ज्यांना महत्त्वाचे वाटते ते देशवासी हे मला खरे देशप्रेमी वाटतात. कितीही प्रगती केली तरी जपानने निसर्गाइतकेच सगळे सुंदर दिसावे याची काळजी जागोजागी घेतली आहे.

ती नयनरम्य दृश्ये पाहत असताना फुकुओका कधी आले समजलेच नाही.

फुकुओकाला जाण्याआधी मी कुठे जायचे ते ठरवले होते. त्यामुळे मी माहिती केंद्राकडे न जाता थेट बस स्टॉपवर गेले.

जपानमध्ये प्रत्येक स्टेशनवर जर तुम्ही नीट पाहिलेत तर कोणती प्रेक्षणीय स्थळे कोणत्या दिशेला आहेत ते बाणाने दर्शविलेले असते. जर लहान गाव असेल तर इंग्रजी मधे नसते, परंतु मोठे शहर असेल तर इंग्रजी पाट्याही असतात. त्यामुळे तुम्ही जायचे ठिकाण ठरवले असेल तर स्टेशनच्या कोणत्या दिशेने बाहेर पडायचे ते सहज कळते. मी कुशिदा हे शिंतो धर्माचे देऊळ पाहायचे ठरवले होते. 'कुशिदा जिंजा' हे हाकाता येथील प्रसिध्द देऊळ असून ते

अनेक गोष्टींसाठी प्रसिद्ध आहे. मी स्टेशनवरून कुशिदा देवळाकडे जाणारी बस पकडली. जपानमधील रस्ते एकतर सरळ किंवा काटकोनी असतात. शहरात फार क्वचित वळणदार रस्ते असतात. त्यामुळे रस्ता माझ्या लक्षात राहातो. मी बसमधून जाताना काही ठिकाणे खुणा म्हणून पाहून ठेवते आणि बरेच वेळा स्टेशनवर परत येताना चालत येते. त्यामुळे ते गाव तर पाहायला मिळतेच शिवाय चालण्याचा व्यायाम होतो. स्मरणशक्तीचा आवाका कळतो. हे मात्र फक्त मी जपान मधेच करते. कारण तिथे निवांत वेळ असतो. तो माझा स्वतःचा वेळ असतो.

कुशिदा देऊळ तसे फार काही भव्य नव्हते, परंतु मुख्य होन्शु बेट आणि आताचे क्युशु बेट यामधील देऊळ बांधणीतील फरक जाणवत होता.

क्योतोमधे देवळात शिरताना जसे दरवाजे होते तसेच इथेही होते. दरवाजावरील शिक्के मात्र मी आतापर्यंत पाहिलेल्या शिक्क्यांपेक्षा खूपच वेगळे होते. ह्या शिक्क्यांना षट्कोनी चौकट होती. तिथे काही ब्राँझचे प्राण्यांचे पुतळे होते. त्या पुतळ्यांसमोर पवित्र घोडा, पवित्र बैल, पवित्र चुरू पक्षी असे लिहिले होते. अंगणात अतिशय सुरेख आणि मोठ्ठा रथ होता. फुकुओकाचे प्रतिनिधित्व करणारा हा रथ फारच सुरेख होता. त्यावर राजा-राणी, काबुकी कलाकार, जपानचे किल्ले, राजवाडे, साकुराची झाडे, राक्षस, जपानी कंदील, जपानी पूल यांच्या हुबेहूब प्रतिकृती केल्या होत्या. तो रथ पाहताक्षणी पूर्ण जपानची संस्कृती डोळ्यासमोर उभी राहील अशी

त्या कलाकृतीची ताकद होती. साधा रथ तो काय पण इतका सजवावा! 'रथयात्रा' ही जपानमध्ये कोकण, बंगाल याप्रमाणेच सणाच्या वेळेस पाळली जाणारी अतिशय महत्त्वाची परंपरा आहे. त्यामध्ये गावातले लोक सहभागी होतात. रथ ओढतात. रथ एका देवळातून दुसऱ्या देवळात जातो. रथामध्ये देवाला बसवलेले असते किंवा आपल्याकडे जसे लहान मुलांना कृष्ण, राम बनवतात तसेच तिथेही मुलांना पारंपरिक कपडे घालून उभे करतात. कधी बाहुल्या असतात. प्रांतानुसार थोडाफार फरक असतो पण भावना एकच. सणाचा उत्साह आणि तो एकत्र येऊन साजरा करणे हे जपानमधे सगळीकडे दिसते. कितीही प्रगती केली असली तरी जपानने काही परंपरा जपल्या आहेत. जसे की रथ अजूनही माणसेच ओढून नेतात. त्या रथाचे मी अनेक फोटो काढले, पण मनाचे समाधान होईना. मग एक व्हिडिओही काढला.

देवळात प्रवेश करताना काही कंदील दिसले. आत्तापर्यंत पाहिलेल्या देवळात एकतर लाल किंवा पांढरे कंदील होते. इथे पिवळ्या रंगाचा कंदील होता.

देवळाच्या गाभाऱ्याच्या दाराला 'शिमेनावा' बांधलेला दिसला. शिमेनावा म्हणजे सुकलेले गवत, भाताची वाळलेली रोपे याचा वापर करून तयार केलेला दोरखंड. हे दोरखंड तयार करण्यात फार मोठी कलाकुसर आहे. शिमेनावाची रुंदी वेगवेगळी असते. तो कधी झाडांना बांधतात तर कधी तोरिइला (शिंतो देवळाच्या सुरवातीला असलेला दरवाजा) बांधतात. देवळाच्या दरवाजाला तो तोरणासारखा

लावतात. आधी मला वाटायचे की देऊळ सजविण्यासाठी आपण जसे आंब्याच्या पानांचे, फुलांचे किंवा विणलेले तोरण बांधतो तसाच काही प्रकार असावा. पण सेनसेइंना विचारल्यावर कळले की ती एक मर्यादा रेषा आहे. पावित्र्य आणि सामान्य माणूस यामधली ती लक्ष्मणरेषा आहे. देवळाच्या गाभाऱ्यात प्रवेश निषिद्ध असतो. त्याचे कार्य हा शिमेनावा करतो. झाडांना का बांधतात असे मी सेनसेइंना 'कोयासान'मध्ये फिरताना विचारले होते. तेव्हा त्यांनी सांगितले की जे झाड देव म्हणून पुजले जाते त्याला शिमेनावा गुंडाळतात.

देवळाचा परिसर पाहावा म्हणून मी चालायला सुरवात केली आणि बघते तर काय साकुरा फुललेले झाड दिसले. नुकता फुलायला लागलेला साकुरा होता. नाजूक गुलाबी पाकळ्या असलेली फुले वाऱ्यावर डोलत होती. तिथे आलेले जपानीही आवर्जून ते झाड पाहायला थांबत होते. त्या ऋतूमधला पहिला साकुरा होता तो! हिवाळ्यातल्या पानझडीमुळे आलेले नैराश्य कुठच्या कुठे पळवून टाकणारा, स्वतःच्या सौंदर्याने सगळ्यांना आकर्षित आणि आनंदित करणारा साकुरा! किती फोटो काढू आणि किती नको असे मला झाले. होन्शुमधे साकुरा फुलायला वेळ होता. साकुराचे फुलणे दक्षिण जपानपासून सुरू होते. खरेतर हा ऐन थंडीमधे फुललेला साकुरा होता. माझे वास्तव्य १३ मार्चपर्यंतच होते. होन्शुमधे म्हणजे टोकियोला साधारण २५ मार्च नंतर साकुरा फुलणार असा हवामान खात्याचा अंदाज होता. माझा साकुरा थोडक्यात चुकणार होता याची

मला खंत होती. पण इथे आता फुकुओकाला पाहायला मिळाल्यामुळे मला खूप आनंद झाला. नीलमबरोबर उएनो पार्कमध्ये, तसेच ओकायामाला पाहिलेला 'प्लम' आणि आता हा 'साकुरा'!

देवळाचा आजूबाजूचा परिसर पाहून झाला आणि देवळातून बाहेर पडताना दारामधल्या कंदीलाचा तळभाग दिसला. त्यावर चार दिशा दर्शवल्या होत्या आणि बारा राशींची चित्रे होती. हे कंदील पाहायला मला फार आवडते. जवळ जवळ सगळे देऊळ पाहून झाले, आणि मी परतायचे ठरवले. मी चालत स्टेशनवर जायचे ठरवले होते. तसे अंतर फक्त २०/२५ मिनिटांचे होते. रस्ता लक्षात ठेवला होता.

फुकुओका खरंच सुरेख शहर आहे. जपानच्या इतर शहरांसारखेच परंतु शांत आहे. शहर असूनही घाई, गडबड, गोंधळ कुठेही नाही. शिस्तबद्ध लोकं, शिस्तबद्ध वाहतूक, ना हॉर्नचे आवाज, ना माणसांचे आवाज! तरीही वर्दळ असलेले. फुलांचे ताटवे रस्त्याच्या बाजूला होतेच. तिथे चालताना मला एक संगमरवरी छोटी गोल बैठक दिसली. त्यावर ऑकलंड, ओकलँड, बरडॉक्स आणि गुंआंग झो अशी चार नावे दिसली. ही चार शहरे फुकुओकाच्या सिस्टर सिटीज आहेत.

मला फुकुओका अजून थोडे पाहायचे होते. पण एकतर दुपार होऊन गेली होती आणि परत जायला तसही २:३०-३ तासाचा प्रवास होता.

जपानमधे एकटीने फिरताना मला कधीही कुठलीच भीती वाटत नाही. हा या देशाचा सगळ्यात मोठा गुण आहे. अनोळखी शहरात

जायला मला एकदाही विचार करावा लागत नाही. मदत करणारे कर्मचारी- मग ते रेल्वे स्टेशन असो की माहिती केंद्र, अगत्य दाखवणारा स्टाफ- मग ते रेस्टॉरंट असो की कोणतेही दुकान, या सर्वांमुळे परत परत जावेसे वाटावे अशी ही गावे! हे असे इतर कोणत्या देशात असेल का? त्यासाठी मला एकतर तिकडे जाऊन पाहावे लागेल किंवा इतर देशांचे पर्यटन केलेल्या लोकांचे अनुभव ऐकून ठरवावे लागेल. आतापर्यंत माझ्या कोणत्याही मित्र-मैत्रिणीने किंवा नातेवाईकांनी इतर देशांचे हे गुण मला सांगितल्याचे आठवत नाही.

ओसाकाला पोहोचत असताना सेनसेईंना मेसेज केला की मी सोमवारी टोकियोला जायला निघत आहे, त्याआधी मला आई-बाबांना भेटायचे आहे. त्यांचा मेसेज आला 'उद्या शनिवार असल्यामुळे फार काम नाही, तू कंपनीमध्ये दुपारी ये.'

आजचा दिवस फार छान गेला होता. ओसाका सोडायचे या कल्पनेने मला भरून येत होते. पहिल्यांदाच मी १४ दिवस राहिले होते. उद्या आई-बाबांना भेटून त्यांचा निरोप घ्यायचा होता...

३६. ओसाकाचा फेरफटका आणि उकियो-ए

सोमवारी मी ओसाका सोडून टोकियोला एक आठवडा राहायला जाणार होते. आजचा शनिवार आणि उद्याचा रविवार बाकी होता. आज मी ओसाका पायी फिरायचे ठरवले.

कधीपासून मला 'उकियो-ए' म्हणजे एदो काळातील (१६०३-१८६७) 'वूड ब्लॉक प्रिंट चित्रे' याचे ओसाकामधील म्युझियम पाहायचे होते. खरेतर टोकियोमधले खूप मोठे म्युझियम मी २००८ मध्ये सावादा कुटुंबासोबत पाहिले होते. पण त्यावेळी जिज्ञासा फक्त चित्रे पाहण्याची होती. पुढच्या काही वर्षात मी 'उकियो-ए'चा अभ्यास केला होता. त्यांच्या चित्रकारांबद्दल वाचले होते. ते चित्रकार म्हणजे चित्रकलेचा दैवी वरदहस्त असलेले कलाकार होते. 'उकीयो-ए'चे एक एक चित्र म्हणजे एक एक गोष्ट आहे. त्या काळातील जनजीवन, मानवी स्वभाव, सण-वार, प्रथा, निसर्ग, जपानी संस्कृती, खाद्यसंस्कृती या सगळ्यांचा बारकाईने अभ्यास करायचा असेल तर 'उकियो-ए'ची चित्रे हे एक माध्यम आहे. त्या चित्रांमधील बारकाव्यांचा अभ्यास केला की एदो काळातील सगळी माहिती मिळते. ऐतिहासिक खुणा या चित्रे, शिल्पे याद्वारे पाठीमागे ठेवल्या जातात. परंतु उकियो-ए इतके प्रबळ आणि इतिहास उलगडून दाखवणारे माध्यम दुसरे नाही असे मला वाटते. त्या काळात लाकडाचे ठोकळे तयार करून त्यावर कोरीव काम केलेली चित्रे,

शाई किंवा रंगाचा वापर करून कागदावर छापली जायची. एकदा ठोकळा करून ठेवला की त्याचा अनेक वेळा उपयोग केला जाऊ शकायचा. रंगीत फोटो कॉपीचा शोधही लागला नव्हता त्या काळातील जपानी कलाकारांची ही कल्पक कला थक्क करणारी आहे.

'उकियो-ए'चे चित्र तयार करण्यात मुख्यतः दोन कलाकार असायचे. एक लाकडावर कोरीव काम करणारा आणि दुसरा चित्रे रंगवणारा. लाकडाचे ठोकळे कोरीव काम करून जोडले जायचे त्यावर शाई लावून त्यावर कागद ठेवून त्या कागदावर ते चित्र उमटायचे. मग चित्रकार ते रंगवायचा. असे अत्यंत क्लिष्ट काम होते. कागद हा सुद्धा hand made म्हणजे हाताने बनवलेला असायचा. जपानमध्ये अजूनही हाताने बनवलेला कागद (वाशी) अतिशय प्रसिद्ध आहे.

'उकियो-ए'मध्ये फुजी पर्वत, गेईशा, काबुकी कलाकार (याकुशा-ए), त्याकाळचे एदो (आत्ताचे टोकियो), जपानी सुरेख स्त्रिया (बिजिन-गा), त्यांचा साज-शृंगार ही चित्रे प्रामुख्याने आहेत. माझे आवडते दोन कलाकार म्हणजे हाकुसाइ आणि हिराशिगे हे आहेत. त्यांच्या चित्रांबद्दल स्वतंत्र लेख लिहिता येईल.

'कामिगाता उकियो-ए बिजुत्सुकान' हे ओसाकामधील उकियो-ए म्युझियमचे नाव आहे. कामिगाता हे ओसाका-क्योतोचे त्या काळातील नाव आहे.

नाम्बा स्टेशनमधून बाहेर पडले की काही वेळात हे म्युझियम लागते. मी म्युझियमपाशी आले आणि तिकिटासाठी तिथे कोणी नसल्यामुळे बेल वाजवली. एक जपानी बाई लगबगीने आली आणि माझी माफी मागून म्हणाली की आज दुसरी कर्मचारी आली नाही आणि दोन्हीकडे मला पाहावे लागत आहे. हे दोन्हीकडे काय ते मला नंतर समजले. तिने म्युझियमकडे कसे जायचे, तीन मजले आहेत, फोटो काढू शकता अशी सर्व माहिती दिली आणि ती पटकन आतमध्ये गायब झाली. कोणीतरी आतमध्ये आले असावे.

म्युझियमला जाण्यासाठी जिना होता. तीन मजली असले तरी फारच लहान म्युझियम होते. जिन्याच्या बाजूने उकियो-ए लावलेली होती. दुसऱ्या मजल्यावर बरीच चित्रे पाहायला मिळाली. तिसऱ्या मजल्यावर कोणीही दिसत नव्हते. तिथे उकियो-ए काढायचे सगळे साहित्य मांडून ठेवले होते. रंग, कागद, चित्रे काढताना ठेवायचे लाकडी बसके टेबल, वेगवेगळे ब्रश, शाई असे सगळे कोणीतरी व्यवस्थित तयारी करून ठेवले होते. जसे की आत्ता कोणीतरी तिथे चित्र काढायला बसणार आहे. मी तिथे मांडलेली चित्रे पाहात असताना आतून कुठून तरी एक जपानी बाई आली. तिने किमोनो घातला होता आणि पायात ताबी (किमोनो खाली घालायचे पायातले मोजे) होते. तिने मला एक पत्रक दिले त्यावर उकियो-ए शिकण्याच्या वर्गाबद्दल माहिती होती. प्राथमिक आणि मध्यमा अशा दोन स्तरांचे वर्ग तिथे घेतले जात होते. मला खूपच आनंद झाला. मी स्वतःच्या मनाने आणि काही पाहून पाहून अशी चार-

पाच उकियो-ए, बिजीन-गा काढली आहेत. परंतु प्रशिक्षण घेऊन काढले तर त्याचा अभ्यासपूर्ण उपयोग होईल या विचाराने मी तिला अधिक माहिती विचारली. आजच्या वर्गाच्या जागा भरल्या होत्या आणि काही वेळातच तो सुरू होणार होता. म्हणून ती तयारी केली होती तर. तिने मला एक पत्रक देऊन वर्गासाठी ऑन लाईन नाव द्या असे सांगितले. एप्रिलपर्यंत प्रवेश मिळणार नव्हता. मी तो विचार सद्ध्या बाजूला ठेवायचे ठरवले. माहिती तर मिळाली होती.

मी जिन्याने खाली उतरले तर काय तिथे एक दुकान होते. जिथे 'उकियो-ए'च्या चित्रांच्या वस्तू विकायला ठेवल्या होत्या. मगाशी तिकीट देणारी बाई त्या दुकानात लोकांना वस्तू देत होती. ती एकटी असल्यामुळे तिची धावपळ होत होती. तरीही हसतमुख चेहेरा, माझ्यापाशी व्यक्त केलेली दिलगिरी, लोकांना वस्तू विकल्यानंतर नाजूक आवाजातला धन्यवाद हे सारे जपानी स्त्रियांचे प्रतिनिधित्व करणारे गुण तिच्याकडे होते.

दुकानात अनेक प्रकारचे सुरेख कंगवे आणि आरसे होते. जपानी बायकांच्या जीवनात कंगवा आणि आरसा फार महत्त्वाचा आहे. तसे तर कोणत्याही स्त्रीसाठी दोन्हीही महत्त्वाचे असतातच. परंतु जपानी कंगवे आणि आरसे जर पाहिले तर कंगवा हा केवळ केस विंचरण्यासाठी नसून साज-शृंगारासाठी आवश्यक वस्तू आहे हे जाणवते. आरसे तर किती प्रकारचे आणि आकाराचे असावेत. हातात आणि पर्समध्ये मावतील इतके छोटे आरसे पाहात राहावेत असे होते. 'उकियो-ए'च्या चित्रांचे नाजूक हातपंखे (सेनसु), हातरुमाल,

चिल्लर ठेवायच्या पर्सेस, टी-कोस्टर, पडदे, उशांचे अभ्रे अशा अनेक सुंदर सुंदर गोष्टींनी दुकान भरले होते. मी आरसे आणि रुमाल घेतले आणि अजून कशाच्या लोभात पडण्याआधी बाहेर पडले.

माझ्या आवडत्या भागात म्हणजे दोतोंबोरीला मनसोक्त फिरले. बरेच फोटो काढले. मला दुपारी दोन वाजता ओसाकाच्या आई-बाबांना भेटायला जायचे होते. त्यानुसार मी नाम्बावरून तामाझुकुरी या सेनसेइंची कंपनी असलेल्या स्टेशनला जाणारी ट्रेन पकडली. मी या आधी दोन वेळा सेनसेइंच्या कंपनी मध्ये गेले होते पण दोन्ही वेळेस ते सोबत होते. मी शोधत येईन असे सांगूनही सेनसेइ मला न्यायला स्टेशनवर आले होते. ते सायकलने आले होते. वेळ वाचावा हे त्यापाठी कारण असणार. आम्ही दोघे गप्पा मारत कंपनीकडे निघालो.

३७. ओसाकाचे आई-बाबा आणि गप्पा..

सेनसेईंच्या कंपनीमध्ये जायची ही माझी काही पहिलीच वेळ नव्हती. परंतु मला स्टेशनवरून जायचे अजिबात समजले नसते, कारण प्रत्येक वेळी मी सेनसेईंसोबत वेगवेगळ्या रस्त्याने गेले होते. तसे स्टेशनपासून बऱ्यापैकी लांब होते. आम्हाला चालत २० मिनिटे लागली. त्यांच्या कामाचा अर्धा तास नक्की फुकट गेला होता. पुढच्या वेळेस मात्र मी एकटी येईन असे मी सेनसेईंना सांगितले. माझं बोलणे ऐकून ते नुसते हसले.

आम्ही कंपनीमध्ये पोहोचलो तेव्हा आई-बाबा दोघंही होते. ते बाहेर आले आणि आम्ही मुख्य ऑफिसमध्ये बसलो. तिथे अनेक पुस्तके शेल्फमध्ये रचून ठेवली होती. त्यात मी लिहिलेले ऋणानुबंध पूर्वेचा हे पुस्तक ठेवलेले दिसले. मी जपानमध्ये आल्यानंतर सेनसेईंना नीलमसोबत भेटले तेव्हा आठवण म्हणून हे पुस्तक दिले होते. पुस्तक मराठी असले तरीही त्यात २०१९च्या भागात सेनसेईंबद्दलची माहिती, त्यांच्या बरोबरचा प्रवास, त्यांचे आणि आई-बाबांचे फोटो हे सगळे आहेच की. मराठी भाषा समजत नसली तरीही एक भेट म्हणून स्वीकारून सेनसेईंनी ते शेल्फमध्ये ठेवले होते. ते पाहून मला आनंद झाला. (इथे माझ्या लक्षात आलेली एक गोष्ट अशी की, जपानी माणसाच्या मनात जागेचा विचार प्राधान्याने असतो. त्यामुळे जी वस्तू उपयुक्त नसेल ती गोष्ट ते

संग्रही ठेवत नाहीत. तसेच इतरांना भेटवस्तू देतानाही असाच विचार केला जातो.)

आम्ही थोडावेळ गप्पा मारल्या. त्यात मी त्यांना सांगितले की आता सोमवारी मी टोकियोला जात आहे आणि तिथून भारतामध्ये परत जाईन. आई आणि बाबांनी मला विचारले, "तू परत येणार आहेस ना?" माझ्या एप्रिलमधील शैक्षणिक सहलीबद्दल त्यांना ठाऊक होते. मी म्हटले, "येणार तर आहे, परंतु आपली भेट होईल की नाही ते माहीत नाही. पण मी ऑक्टोबरमध्ये परत येणार आहे". हे ऐकल्यावर ते दोघंही हसू लागले. "अग किती वेळा जपानला येतेस?" मी म्हटले, "जोपर्यंत मला शक्य आहे तोपर्यंत सगळे जपान पाहायचे असे मी ठरवले आहे". हे ऐकून त्यांना आनंद झाला. स्वतःच्या देशाबद्दल एका परदेशी व्यक्तीला प्रेम आहे हे कळल्यामुळे त्यांना आनंद होणे साहजिक होते. जपानी माणसाला मुळातच त्याच्या देशाबद्दल प्रेम आणि अभिमान असतो. तसा तो कुणालाही असतोच, परंतु जपानी माणूस वेगळा का आहे तर, स्वतःच्या देशात येणाऱ्या परदेशी माणसाला कुठलाही त्रास होऊ नये याची दक्षता पदोपदी तो घेतो. यामध्ये आपल्या देशाची प्रतिमा बिघडू नये ही मानसिकता आहे.

मला त्यांनी विचारले की काय काय पाहायचे आहे. मी सांगितले की मला होक्काइदो, ओकिनावा, शिराकावागो हे नक्कीच पाहायचे आहे. थोड्या गप्पा मारून ते तिघेही आपापल्या कामाला लागले. जपानी लोक काम कसे करतात ते मी पाहिले होते. पण अशा

कंपनीमध्ये पहिल्यांदाच पाहत होते. आतमध्ये मोठ-मोठे कागदांचे गठ्ठे होते आणि ते ट्रॉलीवरून सेनसेइ एका ठिकाणाहून दुसऱ्या ठिकाणी नेत होते. आई अकाऊंट्सचे काम करत होती. बाबा ऑर्डरचे फोन घेत होते. एकाच कुटुंबातील सगळेजण खूप व्यस्त होते.

मी तिथे बसून जवळपास दोन तास जपानी भाषेचा अभ्यास करत होते. खूप शांतता होती. वेळ कसा गेला कळलच नाही. त्यांची कामातील व्यग्रता पाहून मला वाटले की माझ्यामुळे उगाच व्यत्यय आला असणार. मला त्यांना भेटायचे होते, पण असा कामात व्यत्यय आणून नक्कीच भेटायचे नव्हते. मी तसे सेनसेइंना सांगून त्यांना सॉरी म्हटले. त्यावर ते म्हणाले, "असे काही मनात आणू नकोस. आम्ही नेहमीच व्यस्त असतो. पण तू आल्यामुळे आई-बाबांना कोणीतरी भेटल्याचा आनंद होतो. तू भेटून गेल्यावर ते आनंदी असतात." मला हे ऐकून थोडे बरे वाटले.

उद्या माझा ओसाकामधला शेवटचा दिवस होता. सेनसेइंनी २-३ दिवसांपूर्वी मला 'इसे जिंगू' या शिंतो धर्माच्या देवळाबद्दल विचारले होते. ते 'मीए' या प्रांतात असलेले प्रसिद्ध देऊळ आहे. जपानमधील सगळ्यात पवित्र मानले जाणारे ते शिंतो देऊळ पाहायला जाऊया असे सेनसेइ म्हणाले होते.

ओसाकाहून 'मिए'ला जायला दीड तास लागणार होता. रात्री परतायला कदाचित उशीर झाला असता. सोमवारची तयारी मी

आजच करून ठेवली. 'इसे जिंगु' बद्दल काहीच माहीत नव्हते.
उद्या कळणारच होते.

३८. इसे आणि आकाफुकु...

मीए प्रांतात जायचे तर दोन ट्रेन्स कराव्या लागणार होत्या. मला नेहमीच्या ठिकाणी नांबा स्टेशनला ये असा सेनसेइंचा मेसेज होता. सकाळी ८ वाजता भेटायचे ठरले होते.

आम्हाला ओसाकाला जाऊन तोक्यू ही विशेष जलद ट्रेन पकडायची होती. ज्याचे आरक्षण करणे आवश्यक होते. कारण अख्खी ट्रेन रिझर्व्ह सीट्सची होती. सेनसेइसुद्धा माझ्यासारखे पहिल्यांदाच 'मीए'ला जात असल्यामुळे त्यांनी टी.सी.कडे जाऊन चौकशी केली. टी.सी.ने त्यांना रिजर्वेशनचे तिकीट वेगळे काढावे लागते ही माहिती दिली. मग आम्ही सीट्स आरक्षित केल्या. आम्ही काही स्नॅक्स आणि जपानी चहाच्या बाटल्या विकत घेतल्या. ट्रेन यायला फक्त ५ मिनिटे होती. आम्हाला अजून प्लॅटफॉर्मवर पोहोचायचे होते. सेनसेइ नेहमीप्रमाणे जलद चालू लागले. माझा सकाळचा व्यायाम सुरू झाला की काय असेच मला वाटले.... मी जवळ जवळ धावत होते. कारण आम्ही प्लॅटफॉर्मच्या विरुद्ध दिशेला होतो. आम्हाला खाली उतरून आमच्या बोगीपर्यंत जायला वेळ लागणार होता.

प्लॅटफॉर्मवर पोहोचतो न पोहोचतो तोवर ट्रेन आलीच. मी पहिल्यांदाच तोक्यूमध्ये बसणार होते. आत चढले आणि पाहते तर काय दोन मजली ट्रेन होती. बाहेरून ते काही कळत नव्हते. अतिशय सुरेख उंची सीट्स आणि खिडक्यांचे पडदे असलेली ही फारच दिमाखदार ट्रेन होती. मोठ्या आकाराच्या खिडक्या असल्यामुळे

बाहेरचे दृश्य व्यवस्थित दिसेल अशीच सोय होती. ही ट्रेन तर मला बुलेट ट्रेनपेक्षा जास्त आवडली. बसायला ऐसपैस जागा होती. मधला पॅसेज मोठा होता. बुलेट ट्रेनप्रमाणेच स्वच्छतागृहे होती. सीट कव्हर आणि पडदे यांची रंगसंगती कलात्मक होती. कुठेही भडकपणा नव्हता.

जपानच्या ट्रेन्स हा एक स्वतंत्र अभ्यासाचा विषय होऊ शकतो. पूर्ण ट्रेन आरक्षित का होती ते आत शिरल्यावर लक्षात येत होते. ओसाका ते मीए तिकीट ३००० येन होते शिवाय आरक्षणाचे १८०० येन वेगळे होते. हे फक्त एकमार्गी होते. म्हणजे येताना परत अशीच तिकिटे काढायची होती. ट्रेनचा एकंदर चेहरा मोहरा पाहिल्यानंतर इतके महाग तिकीट असणे साहजिक वाटत होते.

नेहमीप्रमाणे सेनसेइंनी मला खिडकीजवळील जागा दिली (त्यांना माहीत आहे की मला बाहेरचे दृश्य बघायला कायम आवडते) त्यांना ट्रेनमध्ये इतर जपानी लोकांप्रमाणे पुस्तक वाचायला आवडते. आता पुढचा दीड तास तरी मी त्यांना "हे काय? ते काय?" असे विचारून भंडावून सोडणार नाही याची खात्री असल्याने त्यांनी मला खिडकीची सीट दिली आणि ते पुस्तक वाचू लागले.

ट्रेनने ओसाका सोडले आणि बाहेरच्या दृश्यांमध्ये बदल झाला. छोटी छोटी गावे दिसू लागली. अजून ग्रीष्म ऋतू संपला नव्हता तरी वसंत ऋतूची चाहूल लागावी तशी हिरवळ दिसत होती. ती भाताची शेते असावीत. छोटी सुबक घरे, त्यासमोर शेते, पाठीमागे डोंगरांची

रांग असलेली ती गावे बघताना मन कसे प्रसन्न होत होते. सकाळच्या कोवळ्या उन्हात घरे न्हावून निघत होती आणि थंडीची तीव्रता कमी होत आहे ते हिरव्या शेतांकडे पाहून कळत होते.

इसे स्टेशन आले आणि आम्ही उतरलो. इसे स्टेशन बऱ्यापैकी प्रशस्त होते. बरेच पर्यटक आलेले दिसत होते. आज एकतर रविवार होता आणि इसे जिंगु प्रसिद्ध ठिकाण होते. आम्ही स्टेशनबाहेर पडून चालायला सुरवात केली. नेहमीप्रमाणे सेनसेइंनी गुगल नकाशा चालू करून ठिकाण कुठे आहे ते पाहून घेतले.

चालताना लक्षात आले की रस्त्यांना फूटपाथ नाही आहेत. सगळे रस्ते सिमेंटच्या टाईल्स वापरून बनवले होते. रस्त्यावर वाहने फारच तुरळक दिसत होती. रस्त्याच्या दुतर्फा भेटवस्तू, खाण्याचे पदार्थ याची दुकाने आणि काही कॉफी शॉप्स तर काही चहा शॉप्स होती. सगळी दुकाने फुलांनी सजवलेली होती. मला चालता चालता संजयची आठवण येत होती. तसे मी सेनसेइंना पण सांगितले. ते म्हणाले, "आता पुढच्या वेळेस त्याला घेऊन ये. इथे एखादा मोत्यांचा नेकलेस तो तुझ्यासाठी नक्की खरेदी करेल".

जपानचे चहा शॉप्स म्हणजे काय तर ग्रीन टी (म्हणजे त्यांचा नेहमीचा चहा) आणि त्या बरोबर काही स्नॅक्सचे पदार्थ मिळण्याचे ठिकाण. आपला चहा मिळतो तिथे कसे बटाटेवडे, साबुदाणे वडे, पोहे वगैरे असतात तसेच काहीसे असते.

सेनसेईंनी "थोडे खाऊन मग पुढे जाऊ" असे सुचवले. एका चहाच्या दुकानात आम्ही शिरलो. त्याआधी दुकानाबाहेर असलेला मेनू वाचून त्यातला एक पदार्थ त्यांनी माझ्यासाठी निवडला आणि एक स्वतःसाठी. दोन्ही पदार्थ मी प्रथमच खाणार होते.

इतर जपानी माणसांमध्ये नसलेली एक गोष्ट सेनसेईंकडे आहे. ते म्हणजे वाटून खाणे. साधारणतः जपानी माणूस स्वतःकडचे खाण्याचे पदार्थ एकटा-एकटा खात असतो. पण आम्ही नेहमी एकमेकांना अर्ध-अर्ध देतो. हा त्यांचा स्वभाव मी ते पुण्यात असताना पाहिला होता.

जपानमधील रेस्टॉरंटमध्ये जेवणात अनेक पदार्थ असतात. ते कमी प्रमाणात परंतु एका माणसाला पुरेसे होतील असे असतात. पारंपरिक जेवणात सूप, भात, मासा (किंवा माशाचा तुकडा), लोणचे (काकडी किंवा मुळयाचे मुरलेले लोणचे), सॉलड, वाफवलेल्या भाज्या (पालक, गाजर, भोपळी मिरची, इत्यादी) असतात. दुसऱ्या प्रकारामध्ये सोबा नुडल्स (सोबतीला गरम सूप किंवा थंड सूप). अजून एक प्रकार म्हणजे उदोन नुडल्स (सुपामध्ये भाज्या मासे किंवा पोर्क इत्यादी); अशा प्रकारे बाऊलमध्ये असलेले अन्न पदार्थ एकट्याने खाल्ले जातात. ते एका माणसाला पुरतील आणि उरणार नाहीत असे असतात. जपानी माणूस जेवण टाकत नाही.

आपण भारतीयही रेस्टॉरंटमध्ये जेवायला पारंपारिक पद्धतीची थाळी घेतो. परंतु जेव्हा इतर पदार्थ आपण मागवतो तेव्हा ते

एकट्याने खाण्याऐवजी आपण वाटून खातो. म्हणजे पंजाबी भाज्या, चायनीज पदार्थ यांची एक डिश एकट्या माणसासाठी भरपूर असते. त्यामुळे आपण ते वाटून घेतो. जर एकटा माणूस जेवायला गेला तर त्याला हे पदार्थ खूप होतात आणि ते एकतर टाकले जातात किंवा मग काही लोक घरी घेऊन जातातही.

हा दोन संस्कृती मधला फरक फार मोठा आहे.

यामधे आपल्याकडे कुटुंबासोबत जेवायला जायाची पद्धत आहे आणि जपानमधे बहुतांशी एक-एकटे जेवायला जाणारे लोकं आहेत. यामुळे हा फरक असावा.

त्यांनी 'आकाफुकु मोची' आणि 'साकुरा मोची' हे दोन पदार्थ घेतले. त्याबरोबर 'गरम ग्रीन टी' होताच.

आकाफुकु मोची हा फक्त मीए प्रांतात मिळणारा, 'इसे जिंगु'च्या प्रदेशात वाहणारी 'इसुझु' नदी याचे प्रतीक असलेला गोड पदार्थ आहे. कुटलेला भाताचा केक (पौंडेड राईस केक) असून त्यावर 'आझुकी' या बीन्सची गोड पेस्ट अशी काही सजवलेली असते की त्या नदीच्या लाटा वाटाव्यात आणि पांढरा भात म्हणजे नदी पात्रातील पांढरे गोटे अशी त्या पाठची कल्पना आहे. हा पदार्थ वाटून खाल्ला की नाते अधिक दृढ होते अशी जपानी लोकांची समजूत आणि भावना आहे. सेनसेइंनी हा पदार्थ माझ्यासारखाच पहिल्यांदाच चाखला. दुसरा पदार्थ साकुरा मोची. हा पदार्थ मी आणि नीलमने हाकोनेला खाल्ला होता. चिकट भातापासून

बनवलेला आणि साकुराचे फुल आणि पान वापरलेला हा नाजुक पदार्थ सुद्धा गोडसर असतो. जपानी लोकांना त्यांच्या कडवट चहा आधी असे गोड पदार्थ खाण्याची आवड आहेच आणि ती त्यांची पद्धतही आहे. मला आता बरेचदा जपानला जाऊन त्याची सवय झाली आहे. आपल्याकडे चहाच्या आधी खारट, तिखट काही खाल्ले की जीभेला कशी मस्त चव येऊन चहा एकदम झकास लागतो तसेच काहीसे जपानी लोकांचे आहे. कडवट चव अजून कडवट लागावी म्हणून त्या आधी गोड पदार्थ खायचा. सुरवातीला मला ते थोडं अवघड गेले पण आता सवय झाली. चहा खरच रिफ्रेशिंग होता.

या चहापानानंतर आम्ही 'इसे जिंगु'कडे जायला निघालो.

३९. इसे जिंगु ... पवित्रता आणि शांतता....

साधारण पंधरा मिनिटे चालल्यावर 'इसे जिंगु'चे भव्य तोरिइ दिसले. मला नागोयाच्या आत्सुता जिंजाची आठवण आली. तसेच दगडी भव्य द्वार होते. प्रशस्त पसरलेल्या परिसरात ठळकपणे दिसत होते ते भव्य डेरेदार हिरवेगार वृक्ष. घनदाट वृक्षांच्या परिसरात असलेले हे शिंतो धर्माचे देऊळ २००० वर्षांपूर्वी बांधले गेले आहे. तेव्हाच्या राजाने बांधलेले हे देऊळ १२५ देवळांचे असून 'नाईकु' आणि 'गेकु' ही प्रमुख देवळे आहे. 'आमातेरासू' म्हणजे सूर्यदेव हा इथला देव आहे. त्याचबरोबर इथे अन्न, वस्त्र, निवारा हे देवही आहेत. प्रचंड मोठ्या परिसरात पसरलेली ही देवळे बघताना जी मनाला शांतता येते तिचे वर्णन शब्दातीत आहे. अनेक माणसे असूनही तिथे नीरव शांतता होती. येत होता तो फक्त माणसांच्या पावलांचा आवाज. कधी पाचोळ्यावर तर कधी खडीवर.

देवळांच्या आत फक्त पुजारी जाऊ शकतात. सामान्य माणसांना तिथे प्रवेश नाही.

मोठ्या देवळांच्या बाजूला तितक्याच क्षेत्रफळाची जमीन रिकामी ठेवली होती. मी सेनसेईंना हळू आवाजात विचारले, "ते असे का आहे? असा मोकळा जमिनीचा भाग का ठेवला आहे?" सेनसेईंनी सांगितले, "ही देवळे खूप जुनी आहेत. कधीही बंद नसतात. पूर्ण

देऊळ लाकडाचे असते, मात्र छप्पर सायप्रस झाडाची पाने व गवत वापरून बनवलेले असते. दर काही वर्षांनी त्या रिकाम्या जागी नवीन देऊळ बांधतात आणि आधीचे काढून टाकतात". यावरून मी असे अनुमान काढले की बांधकाम चालू असताना लोकांना दर्शन मिळावे यासाठी असे करत असावेत. देवळाच्या छपराच्या काही भागाला सोन्याचा वर्ख दिलेला होता. जवळ जवळ संपूर्ण परिसर पाहायला एक तास लागला. तिथे एक वैशिष्टय जाणवले की झाडांच्या खोडांना हिरव्या बांबूच्या पट्ट्या लावलेल्या होत्या. झाडांचे संरक्षण करण्यासाठी असाव्यात.

तिथून आम्ही बस स्टॉपवर गेलो आणि सेनसेइना मी विचारले की आता कुठे जात आहोत तर त्यांनी सांगितले की दुसरे देऊळ लांब आहे. त्यामुळे तिथे बसने जाणे योग्य ठरेल. आम्ही बसने उतरून चालत गेलो. तिथे एक मोठी बाजारपेठ लागली जिथे खूपच गर्दी होती. नदीच्या दिशेने चालत जाऊन आम्ही नदीच्या पुलावर थोडा वेळ थांबलो. ह्या नदीला पवित्र नदी मानतात. ती पूर्ण इसे भागात वाहते. नदीचे पात्र विशाल आहे. वाहणारे पाणी नितळ आणि स्वच्छ आहे. नदीच्या काठावर काही लोकं उभी होती पण पाण्यात जात नव्हती. आम्ही तिथून मग मंदिराकडे जायला निघालो. बाजारपेठेतील दुकानांत गर्दी होती. काही वेळाने ढोल वाजवण्याचा आवाज येऊ लागला.

मला जपानी ढोल ऐकायला आवडतात. मी २००८मध्ये जपान फाउंडेशनला राहात असताना सर्वप्रथम ढोल वाजवायचा कार्यक्रम

पाहिला होता. नंतर पुण्यात ओकायामा बागेत जपानी लोकांनी येऊन २०१०मध्ये एक कार्यक्रम केला होता. त्यानंतर इतक्या वर्षांनी मी ढोल ऐकत होते. मी त्या दिशेने जाऊ लागले. खूप गर्दी होती. मला ढोल बघायचे होते त्यामुळे मी पुढे जात राहिले. इथे माझी आणि सेनसेइंची चुकामूक झाली.

तीन पुरुष आणि एक स्त्री ढोल वाजवत होते. सहाव्या शतकात जपानमध्ये चीन मधून आलेले हे वाद्य सर्वांगीण व्यायामासाठी उत्तम आहे. त्याचे शिक्षण लहानपणापासून मुलांना दिले जाते. जसे एखादे संगीत वाद्य शिकावे तसे ढोल या वाद्याला महत्त्व आहे.

आपल्याकडे ढोल-ताशे गणपतीच्या सणाला वाजवतात आणि लग्नामध्ये काही जातीत ढोल-ताशे वाजवले जातात. परंतु त्यांचा संगीतवाद्य असा कुठे कार्यक्रम झाल्याचं मी पाहिले नाही आहे. पंजाबमध्येही ढोल हा अगदी नृत्यात लागणारा अविभाज्य घटक आहे. परंतु स्वतंत्रपणे त्याला अस्तित्व नाही.

जपानमध्ये १९८८ पासून स्त्रिया ढोल वाजवू लागल्या. त्यासाठी लागणारी शक्ती आणि सहन करण्याची ताकद याचा फरक पुरुष आणि स्त्री यामध्ये असणारच. तरीही काही स्त्रिया या कलेमध्ये प्रवीण आहेत. ढोल वाजवण्यात मुख्यतः चार तत्त्वे आहेत. शक्ति (energy), शरीराची हालचाल (movement), वृत्ती (attitude) आणि संगीताचे तंत्र (musical technique). ढोल वाजवताना मधेच थांबवला जातो आणि काही क्षणांची शांतता असते, मग परत तो

वाजवला जातो. ढोल वाजवताना ढोलवादक काही शब्द मोठ्याने बोलतो. मी पाहत असलेले ढोलवादक इतके सुरेख सादरीकरण करत होते की मी त्यात गुंग झाले. त्यांचे वादन संपले आणि मला लक्षात आले की सेनसेइ कुठे दिसत नाही आहेत.

आता या गर्दीत शोधायचे कुठे त्यांना? एकतर जपानमध्ये सगळ्यांचे पेहेराव एकसारखे असतात. त्यात गर्दीमध्ये ओळखणे अशक्य असते. उगीच मी पुढे पुढे आले की काय असे वाटू लागले. आता शोधण्यात वेळ जाणार. मला देऊळ कुठे होते ते माहीत नव्हते आणि कोणत्या दिशेला जायचे तेही कळत नव्हते. बरं गर्दी इतकी होती की मला तर हिंदी सिनेमा आठवू लागला...... **मेले मे बीछडे हुए**.... ही मजा करायची वेळ नव्हती. स्वतःभोवती ३६० अंशात फिरून मी पाहिले, पण श्री. मियाता कुठेही दिसेनात. त्यांनाही मी दिसत नसणार असे वाटत असतानाच मला हाका ऐकू आल्या. सेनसेइ रस्त्याच्या दुसऱ्या टोकाला होते. गर्दीमुळे त्यांना माझ्या बाजूला येणे शक्य नव्हते. त्यांनी हाताने खूण करून कुठल्या दिशेने जावे ते सांगितले. थोडा पुढे गर्दीचा भर ओसरला आणि आम्ही भेटलो. पुढची देवळे बघायची आहेत का असे त्यांनी विचारले, कारण आता जेवायची वेळ होऊन गेली होती. मग मी त्यांना म्हटले आपण परत जाऊया.

'इसे'ला जाऊन जेवायचे ठरले. बसने आम्ही परत 'इसे'ला आलो आणि एका रेस्टॉरंटमध्ये जाऊन जेवायचे ठरवले. जपानमध्ये रेस्टॉरंटच्या बाहेरच तिथे मिळणारे पदार्थ फोटो आणि किंमतीसहीत

प्रदर्शित केलेले असतात. आम्ही जिथे जिथे पाहत होतो तिथे जवळ जवळ सगळ्या ठिकाणी बीफचे जेवण होते. बीफ नसलेले रेस्टॉरंट शोधण्यात थोडा वेळ गेला, पण एक मिळाले. मी प्रॉन तेंपुरा असलेले जेवण घेतले. सेनसेइंनी 'इसे'मधल्या प्रसिद्ध माशाचे जेवण घेतले. फारच चविष्ट जेवण होते. जेवणानंतर परिसर फिरून पाहूया असे ठरले.

४०. जपानी पॉटरी.. नाजूक कला आणि झेनझाइ

आम्ही बाजारपेठेत फिरत होतो. गर्दी थोडी कमी झाली होती. मला जपानमध्ये विंडो शॉपिंगसाठी दोन प्रकारच्या वस्तू पाहायला सगळ्यात जास्त आवडते. एक म्हणजे त्यांची पॉटरी आणि दुसरे किमोनो.

पॉटरी म्हणजे मातीपासून तयार केलेल्या बशा, चमचे, वाट्या, इत्यादी जेवणासाठी वापरण्यात येणारी भांडी. पश्चिमेकडील देशांत मुख्यतः पोर्सिलिनपासून या वस्तू बनवल्या जातात. परंतु जपानमध्ये चिनी मातीपासून बनवून भट्टीत तयार केल्या जातात. प्रत्येक डिझाईन, आकार, रंग हे प्रांतानुसार बदलते. साधारणपणे पांढरा आणि निळा (इंडिगो) रंग जास्त प्रमाणात वापरला जातो. गुलाबी, मातकट असे रंगही काही प्रमाणात वापरलेले दिसतात. जपानी पॉटरीमध्ये डोळ्यांना सुखावणारे रंग, नाजूकता, नितळपणा आणि छोटे छोटे आकार हे फार वेगळे गुणधर्म मला आवडतात. मी क्योतो, हिरोशिमा, नारा येथून काही वस्तू विकत घेतल्या आहेत आणि घरी न वापरता नुसत्या ठेवल्या आहेत. विकत घेतलेली प्रत्येक वस्तू वापरायलाच हवी असे काही नाही. त्यांचे आकार आणि रंगसंगती पाहताना मनाला जपानमध्ये घेऊन जायची ताकद त्या वस्तूंमध्ये आहे.

मला इसे बाजारपेठेत दिसलेल्या वस्तू खूपच मनमोहक आणि उच्च प्रतीच्या वाटल्या. त्यात चॉपस्टिक होल्डर तर इतके सुरेख होते की पाहत राहावे. पण यावेळी मी मनाला आवर घातला आणि पुढे सरकले. बाजारात एका ठिकाणी बैलाचा पुतळा होता. त्याला पांढरा मास्क चढवला होता. 'करोनाची काळजी घ्या' हे सांगणारे ते प्रतिक होते. देवळासमोर एक मांजर होतेच. ते दगडामध्ये कोरलेले मांजर माणसाच्या उंचीचे होते. तिथे साके (राईस वाईन) भरून ठेवलेल्या ड्रमवर एक खरे गुबगुबीत मांजर शांतपणे झोपले होते. आजूबाजूला असलेल्या गडबड गोंधळाची त्याला काही पर्वा नव्हती. कित्येक लोकं त्याचा फोटो काढत होते. मी सुद्धा एक काढला. पूर्ण बाजारपेठ फिरून आलो तरी ते तिथेच आणि तसेच झोपलेले होते.

"तुला काही विकत घ्यायचे आहे का?" असे सेनसेइंनी विचारले. यावेळी मी बॅगच्या वजनाचा विचार करून फार कमी सामान घेतले होते. थंडीमुळे गरम कपड्यांनीच बॅग भरलेली होती. पुढच्या वेळी आले की घेऊ असा विचार केला आणि आम्ही निघायचे ठरवले. सेनसेइ म्हणाले, "थोडं काही स्नॅक्स खाऊ आणि चहा/कॉफी घेऊ. अजून दोन तास तरी पोहोचायला लागतील." फिरून पाय दुखले होते. तेव्हा मला खरंच बसावे असे वाटत होते. नेमके त्याच वेळी सेनसेइंनी विचारल्याने मी लगेच हो म्हटले.

आम्ही कॉफी शॉपमध्ये शिरलो. सेनसेइंनी स्वतःसाठी झेनझाई आणि माझ्यासाठी कॉफी आणि सेनबे ऑर्डर केले. झेनझाई म्हणजे रेड बीन्सचे गरम सूप, ज्यामध्ये मोची म्हणजे कुटलेल्या

भातापासून बनवलेला केक घातलेला असतो. थंडीमध्ये हे गोडसर सूप जपानी लोकं अगदी आवर्जून पितात. मला जपानी गोड पदार्थ फार आवडत नाहीत. त्यापेक्षा थोडे खारट असलेले सेनबे (तांदुळापासून बनवलेली कुरकुरीत बिस्कीटे) मी घेतली. सेनसेइंना तेवढ्यात झेनझाइबद्दल विचारून घेतले. झेनझाइ हे पश्चिम जपान (ओसाका, नागोया) इथले नाव असून पूर्व जपान (टोकियो, चिबा) इथे त्याला ओशिरुको म्हणतात. फरक इतकाच की पूर्व जपानमध्ये रेड बीन्स थोडे कुटून घालतात. रेड बीन्सना जपानीमध्ये 'आझुकि' म्हणतात. 'आझुकि'चे जपानी पदार्थात विशेष स्थान आहे. त्यापासून अनेक गोड पदार्थ बनवले जातात. सकाळी ८ पासून ते आत्ता ४ वाजेपर्यंत फिरल्याचा थकवा चेहेऱ्यावर दिसत असावा म्हणूनच सेनसेइंनी कॉफी पिऊया असे सुचवले असणार. स्टेशनपर्यंत चालत जाऊन तिकिटे काढायची होती. मला शरीरापेक्षा मनाने थकवा आला होता. कारण उद्या मला ओसाका सोडायचे होते. टोकियो मला अजूनही परके वाटते. खरेतर पहिली ओळख टोकियोची झाली होती. पण माझे मन कानसाइ मधेच रमते.

संध्याकाळी परतत असताना सूर्य मावळत होता. (थंडीमध्ये सूर्य ४-४:३०च्या सुमारास मावळतो) मी यावेळी मात्र सेनसेइंना खिडकीची जागा दिली. कारण मला झोप येत होती. ओसाका आले तशी जाग आली. सेनसेइंचा निरोप घेताना मला भरून आले होते. माझ्यासाठी त्यांनी, आई-बाबांनी वेळ काढला होता. एक सुट्टीचा रविवार मिळतो त्यांना, तरीसुद्धा ते माझ्यासोबत कधी क्योतो

स्टुडिओला तर आता 'मीए'ला आले होते. मी त्यांना पुन्हा पुन्हा पुण्याला या अशी विनंती केली. सेनसेइ "हो" म्हणाले आणि "तू परत एप्रिलमध्ये शैक्षणिक सहलीला येणार तेव्हा भेटू" असेही म्हणाले.

१३ दिवस कसे गेले मला कळलेही नाही. बिवा-को, कागोशिमा, फुकुओका, ओकायामा, क्योतो, कोबे अशा कितीतरी ठिकाणी एकटीने प्रवास केला. जमेल तेव्हढे ओसाका पाहून घेतले. पश्चिम जपान मला अधिक आवडू लागले होते. माझ्या काही विद्यार्थ्यांनी मात्र या वेळी टोकियोला नक्की या असे सांगितले होते. त्यांच्यासाठी आता मला टोकियोला जायचे होते.

उद्या सकाळी ९ वाजता गाइकोकुचोचे हॉटेल सोडणार होते. बुलेट ट्रेनचे टाईम टेबल पाहताना डोळा लागला ...

४१. टोकियो आणि म्योउदेन

६ मार्च ते १३ मार्च मी टोकियोमध्ये कुठे राहायचे ते ठरवत असताना नचिकेत मरकळे ह्या माझ्या विद्यार्थ्याने म्योउदेन येथे असलेल्या त्याच्या घरात मी राहावे असे मला सांगितले. तो कामानिमित्त सोमवार ते शनिवार ओसाका येथे असल्यामुळे त्याचे घर बंद असते. मी बाहेर हॉटेलमध्ये राहण्यापेक्षा त्याच्या घरी राहावे असे त्याने सुचवले. त्याने मला पूर्ण पत्ता लोकेशन सगळे पाठवले होते, शिवाय सेव्हन इलेवन, कॅलिफोर्निया रोड अशा काही खुणा सांगितल्या होत्या. स्टेशनपासून घर अगदी ५ मिनिटांच्या अंतरावर होते. मला ते लगेच सापडले.

घरी गेल्यावर सगळ्यात पाहिले काय दिसले असेल तर नचिकेतने सगळीकडे स्टिकी नोट्स लावून ठेवलेल्या होत्या. त्यात मुख्यतः कचऱ्याच्या पिशव्या, खाण्याचे पदार्थ, इस्त्री, केटल, कात्री कुठे ठेवलेले आहे ते मला कळावे हा उद्देश होता. त्याचे घर एका माणसाला राहण्यायोग्य सगळ्या सोयी असलेले आहे. म्योउदेन येथे प्रामुख्याने लग्न न झालेले एकेकटे विद्यार्थी त्यांच्या कामाच्या उमेदवारीच्या काळात राहतात. सगळ्या सोयीस्कर गोष्टी जवळपास होत्या. चालत अंतरावर मॉल, सुपर मार्केट, बाग, स्टेशन सगळेच होते. मला तो परिसर फार आवडला. सगळे आवरून मी घराबाहेर पडले.

इओन नावाचा अती प्रचंड मॉल जपानमध्ये सगळीकडे आहे. म्योउदेनला पण तो दिसला. मी आधी सगळी ठिकाणे पाहून ठेवली. टोकियोमध्ये आल्यानंतर माझा तसा काही दूर ठिकाणे फिरायचा विचार नव्हता. खरेतर आता थोडे दमायला झाले होते आणि घरची आठवण येत होती. माझे क्लासेस माझ्या शिक्षिका सांभाळत होत्या तरीही जमेल तसे मी जपानमधून घेत होते. आता ऑनलाईन झाल्यामुळे ती एक सोय झाली आहे.

मी चालत असताना मागून मला "सेनसेइ" अशी हाक ऐकू आली. बघते तर माझी विद्यार्थिनी ऐश्वर्या ढवळे! मला आश्चर्य वाटले आणि आनंद झाला. फेब्रुवारीमध्ये मी नीलम बरोबर चिबा प्रांतात किताकोगाने इथे राहत असताना ऐश्वर्या बरोबर माझे मेसेज झाले होते. तिने मला भेटूया असेही सांगितले होते पण ती सुद्धा म्योउदेनला राहते हे मला माहीत नव्हते. त्यापुढे अजून एक आश्चर्याचा धक्का मला बसला तो म्हणजे ती नचिकेतच्या इमारतीच्या मागील इमारतीत राहत होती. आम्हा दोघींना खूप आनंद झाला. आम्ही चार वर्षांनी भेटत होतो. आमच्या मग खूप गप्पा झाल्या आणि मी तिच्या बरोबर काही ठिकाणी जायचे बेत ठरवले.

धवल दातार हा टोकियो मराठी मंडळ या मराठी लोकांसाठी असलेल्या मंडळाचा उत्साही कार्यकर्ता आहे. तो मागच्या डिसेंबरमध्ये पुण्याला आला होता परंतु आमची भेट होऊ शकली नाही. त्याला मराठी मंडळाच्या वाचनालयासाठी माझे पुस्तक हवे

होते. नचिकेतच्या बोलण्यात आले होते की धवल त्याच्या जवळपास राहतो. मी ऐश्वर्याला विचारले तर ती म्हणाली की तिच्याच इमारतीमध्ये धवल आणि त्याची बायको राहतात. आता मात्र मी खरंच थक्क झाले होते. पुण्यात भेट होऊ शकली नाही तो इथे भेटणार होता. ऋणानुबंध कसे असतात ह्याचे मला राहून राहून नवल वाटत होते.

मी धवलला मेसेज करून मी आले ते सांगितले. धवलला फिरायची खूप आवड आहे त्यामुळे टोकियोला फिरताना त्याला विचारावे असा मी विचार केला आणि मला त्याची खूप मदत झाली.

४२. टोकियो मेट्रोचे जाळे

टोकियोमध्ये प्रवास करायचा तर मेट्रोचा वापर उत्तम! पण त्यासाठी आधी थोडीतरी माहिती हवीच. विशेषतः टोकियोमधील जमिनीखाली असलेले मेट्रोचे जाळे जर तुम्ही नीट समजून घेतले नाहीत तर तुमचा वेळ जातोच, शिवाय दमायलाही होते.

२००८ मध्ये मी जे काही थोडे फार टोकियो फिरले त्यानंतर २०१७ मध्ये मिनुला घेऊन एक दिवस आणि आत्ता यावर्षी फेब्रुवारीमध्ये नीलमबरोबर एक दिवस फिरले. आता मात्र मी एक आठवडा टोकियोमध्ये असणार होते, त्यामुळे मेट्रो नीट समजून घेणे गरजेचे होते.

आपला प्रवास सोपा व्हावा यासाठी जिथे तिकीट काढतो तिथे एका खांबावर कुठल्या लाईनवर कोणकोणती स्टेशन्स आहेत, कुठल्या स्टेशनवर लाईन बदलता येते, तिथे अजून दुसऱ्या कोणत्या लाईन्स आहेत हे लिहिलेले असते. तसेच तुम्ही आहात त्या स्टेशनच्या मागच्या आणि पुढच्या स्टेशन्सची नावे क्रमांकानुसार असतात. तुम्हाला जायचे ठिकाण नेमके कोणत्या लाईनवर आहे ते समजले की सोपे असते. परंतु एकतर मेट्रो बरेचदा जमिनीखाली असते. कधी कधी ३-४ मजले खाली जावे लागते. जमिनी खालून बाहेर यायचे तर बाहेर पडण्याचे दरवाजे अनेक असतात. म्हणजे पूर्व, पश्चिम, उत्तर, दक्षिण, आग्नेय, नैऋत्य, वायव्य, ईशान्य तर असतातच शिवाय 'मध्य' दरवाजा ही असतो. त्या दरवाज्यांना परत

उपदरवाजे असतात म्हणजे पश्चिम-१, पश्चिम-२, पश्चिम-३, पूर्व-१, पूर्व-२, पूर्व-३, इत्यादी. त्यामुळे तुम्हाला जिथे जायचे आहे त्या ठिकाणी नक्की कोणत्या दरवाजाने बाहेर पडले तर सोईस्कर होईल हे माहीत नसेल तर तुम्ही उगाच भटकत राहाता. बाहेर पडायचा दरवाजा मूळ प्लॅटफॉर्मपासून साधारण १०-१५ मिनिटांवर असतो. कधीकधी तर मी बाहेर पडायच्या मार्गासाठी २५ मिनिटेही चालले आहे. पर्यटक म्हणून आपण जेव्हा फिरायला बाहेर पडतो तेव्हा जिथे जायचे ते ठिकाण लवकर मिळाले तर एका दिवसात अनेक ठिकाणे पाहून होतात. नाहीतर शोधा शोधीत वेळ जातो आणि अनावश्यक दमायला होते.

नेहमी कार्यालयात किंवा शाळा-कॉलेजमध्ये जाणाऱ्या लोकांना रस्ते पाठ झालेले असतात. कितीतरी लोकं घर आणि ऑफिस याशिवाय दुसरे काही करत नाहीत. येण्या-जाण्याच्या रस्त्यात डिपार्टमेंटल स्टोअर्स असतात. थोड्या थोड्या अंतरावर कंव्हिनिएंट स्टोअर्स, बेकऱ्या असतात. त्यामुळे घरी जाता-जाता वस्तू विकत घेऊन ते घरी जातात. टोकियोमध्ये मुंबई प्रमाणेच जीवन फार यांत्रिक आहे.

यावेळी धवलकडून आधी कुठे कुठे आणि कसे जायचे याची प्राथमिक माहिती घ्यायची असे ठरवले आणि त्याला मेसेज केला. धवलने मला फार माहितीपूर्ण मेसेज पाठवले. टोकियो मेट्रोचा २४ तासांचा पास असतो. तो काढला की तुम्ही कितीही ठिकाणे मेट्रोने फिरू शकतात. ६०० येन आणि ९०० येन असे दोन पास असतात. ९०० येनचा काढलात तर सगळ्या लाईन्स वापरता येतात. मी

माझ्या फिरण्याच्या शक्तीचा अंदाज घेऊन रोज ६०० येनचा पास काढायचे ठरवले. टोकियोमध्ये ठिकाणे खूप दूर दूर आहेत. त्यामुळे अगदी सकाळपासून बाहेर पडून तुम्हाला हवी ती सगळी ठिकाणे पाहून होतीलच असे नाही. त्यात माझी बरीचशी पाहून झाली होती. काही ठिकाणे मी २००८ नंतर इतक्या वर्षांनी पाहणार होते. त्यामुळे मी नीट प्लॅनिंग केले.

पहिल्या दिवशी मी सकाळी बाहेर पडणार एवढ्यात धवलचा मेसेज आला की इओन मॉलच्या पुढे चालत गेलात की एक नदी लागते, तिथे साकुरा फुलला आहे. मला खूप आनंद झाला. प्रथम जाऊन साकुरा पाहू असा विचार करून मी नदीच्या दिशेने जायचे ठरवले ...

४३. नदीकाठचा साकुरा

मी नदीच्या दिशेने चालायला सुरवात केली. रस्ता अगदी शांत होता. फारशी वाहने किंवा लोकांची गर्दी नव्हती. सकाळचे ८ वाजले होते तरी थंडी होतीच. साधारण तापमान १० डिग्री होते. मी आणि नीलम आलो तेव्हा शून्य अंशाखाली तापमान होते. त्या मानाने हे ठीक होते. शिवाय मी उन्हात चालत होते. थोड्या वेळाने मला नदी दिसली. धवलच्या सांगण्यानुसार गेले तर एक शाळा लागणार होती आणि शाळेच्या पलीकडे साकुराची झाडे असणार होती. मला शाळा दिसली पण झाडे दिसेनात. तेवढ्यात एक पुल दिसला. तो वर चढून गेल्यावर पलीकडे मला साकुराची अनेक झाडे दिसली.

इतकी सुरेख फुलली होती की आनंद गगनात मावेना. २०११ मध्ये मी 'नागानो'ला जाताना असा फुललेला साकुरा पाहिला होता, त्यानंतर आत्ता पाहात होते. काय सुरेख फुलं होती. प्रत्येक डहाळी भरघोस गुच्छांनी लगडलेली होती. वाऱ्यावर डहाळ्या डौलात डोलत होत्या. समोर नदी होती आणि तिच्यावर पुल होता. तो ट्रेनसाठी होता. फुले पाहता पाहता मला ट्रेन येताना दिसली आणि मी एक इंस्टाग्रामसाठी व्हिडिओ काढून घेतला. डहाळी मागून ट्रेन दिसेल असा. फुलांना हात न लावता त्यांचा नाजूक स्पर्श कळत होता. त्या गुलाबी पाकळ्या, त्यांच्या मधले परागकण, वाऱ्याने हवेत उडणाऱ्या नाजूक पाकळ्या ह्या सगळ्या पार्श्वभूमीवर थंडी जाणवत नव्हती. निसर्गाची देणगी जपानी माणसाने किती निगराणी करून

जपून ठेवली आहे. त्या छोट्याशा बागेत साकुराची फक्त ८-९ झाडे होती, पण ती व्यवस्थित अंतरावर लावली होती. त्यांना कुंपण केले होते. जवळ बसायला बाक होते. झाडाखाली बसायला जागा होती.

'हानामी' म्हणजे साकुरा बघायला जायचा उत्सव. त्यावेळेस जपानी लोकं कुटुंब किंवा मित्र- मैत्रिणींसोबत साकुरा पाहायला जातात. झाडाखाली चटया अंथरतात आणि खाणे पिणे करत फुलांचा आनंद घेतात. तो एक आनंद सोहळा असतो. मोठमोठ्या बागांमध्ये हजारो साकुराची झाडे लावलेली असतात. ती पाहायला गर्दी होते पण कुठेही कचरा नसतो. कुठेही खाण्याच्या बशा, प्लास्टिकचे कप, पाण्याच्या बाटल्या किंवा इतर कचरा टाकला जात नाही. बाग जशी आहे तशी स्वच्छ ठेवली जाते.

साधारण ३५ वर्षांची एक बाई तिच्या कुत्र्याला घेऊन आली होती आणि तिला झाडाखाली दोघांचा फोटो काढायचा होता. मग मी तो तिला काढून दिला. मला २-२ वेळा "धन्यवाद" म्हणाली. बरेच जपानी लोकं एकटेपणा घालवण्यासाठी कुत्रा-मांजर पाळतात. त्यांच्यासाठी छोट्या बाबागाड्या मिळतात. त्यामधून त्यांना फिरवतात. जपानमध्ये लहान मुलांपेक्षा पाळीव प्राणी जास्ती संख्येत आहेत असे म्हटले जाते.

मी सगळ्या झाडांभोवती फिरले. अगदी डोळे भरून साकुरा पाहून घेतला. नीलमचा थोडक्यात चुकला होता. तिचा फुजीसुद्धा राहून

गेला होता. मला तिची आठवण आली. आज टोकियो फिरताना ती असती तर आम्ही मजा केली असती.

मी आज शिबुया आणि गिन्झाला जायचे ठरवले होते. २००८ मध्ये शिबुया पाहिले नव्हते आणि त्यानंतर कधी जायची संधी आली नव्हती.

शिबुयाबद्दल बरेच ऐकले होते. टोकियोच्या मध्यवर्ती असलेले, सगळ्यात गजबजलेले ठिकाण आहे ते. तरुण मुलांचे आवडते आणि कार्यालयाची गर्दी असलेले शहर आहे. अर्थव्यवस्था आणि वित्तीय संस्था असलेले ठिकाण आहे. तिथले रस्त्यावरील झेब्रा क्रॉसिंग फार प्रसिद्ध आहे. एका वेळी ८ सिग्नल चालू असतात आणि एका वेळेस ३००० माणसे रस्ते ओलांडत असतात. शिस्तीत रस्ता ओलांडणारे जगात फक्त जपानी लोकं आहेत. इतकी गर्दी असून सुद्धा एकमेकांना आपटत नाहीत की धक्काबुक्की नाही. शिबुया स्काय ही उंच इमारत तिथे प्रसिद्ध आहे. पण मला तिथे जाऊन रस्त्यातली गर्दी पाहण्यात फार काही रस नव्हता. तरीही शिबुयाबद्दल उत्सुकता असल्याने मी जायचे ठरवले. म्योउदेन स्टेशनवर जाऊन मी प्रथम २४ तासांचा पास काढला. ११ वाजले होते. म्हणजे उद्या सकाळी ११पर्यंत हा पास चालणार होता. मी कोणत्या दिशेला जायचे ते पाहून प्लॅटफॉर्मकडे चालायला सुरवात केली.

४४. शिबुया आणि गिंझा

धवलने सांगितल्याप्रमाणे मी २४ तासांचा टोकियो मेट्रोचा ६००
येनचा पास काढला होता. उद्या सकाळी ११पर्यंत तो चालणार
होता. आज मी शिबुयाला कसे जायचे ते पण धवलला विचारून
ठेवले होते. त्याने मला मेट्रोचा नकाशा तर पाठवला होताच पण
कोणती लाईन कुठे बदला तेही पाठवले होते. खरेतर आम्ही एकदाही
भेटलो नव्हतो. शिवाय तो मागच्याच इमारतीमध्ये राहात होता.
परंतु जपानमध्ये आणि विशेषतः टोकियोचे लोक इतके व्यस्त
असतात की त्यांना कामात त्रास द्यायला मला आवडत नाही. मी
पाहून घेतले की 'म्योउदेन'वरून 'तोझाइ लाईन'ने कुदानशिता
स्टेशनला उतरून तिथे हानझोमोन ही 'शिबुया'ला जाणारी लाईन
घ्यायची होती. हानझोमोन लाईनवर ट्रेन पकडून शिबुयाला उतरायचे
होते.

म्योउदेन ते शिबुया ४५ मिनिटे लागणार होती. मी शिबुयाला
पोहोचेपर्यंत दुपार झाली. ऑफिसची गर्दी प्रचंड होती. ८ झेब्रा
क्रॉसिंग जिथे मिळतात तिथे मी गेले. टोकियो मध्ये मला एक
गोष्ट खूप आवडते. सिग्नल जेव्हा माणसांसाठी हिरवा होतो तेव्हा
एका पक्षाचा आवाज चालू होतो. कुक् कू कुक् कू असा आवाज
असतो. अंध लोकांना हिरवा सिग्नल चालू आहे ते कळावे यासाठी
हा आवाज असतो. हिरवा सिग्नल संपला की तो आवाज बंद होतो.
काही काही ठिकाणी मधुर संगीत वाजवले जाते. ही कल्पना मला

फार आवडली. अंध व्यक्तींचा किती बारकाईने विचार केला आहे. शिबुयाची गर्दी पाहून मी फार काही फिरायचा विचार केला नाही. खरेतर धवलने सांगितले होते की कुदानशिताला भारतीय दूतावास असलेल्या ठिकाणी 'चिदोरी गा फुची' नावाचा भाग आहे, तिथे साकुराची असंख्य झाडे आहेत. थोडा उशिरा फुलतो पण काही झाडे फुललेली असतील तर पाहून या. मी आधी गिंझाला जायचे ठरवले. उद्या मी देवयानीला भेटणार होते तेव्हा कुदानशिताला जाईन असे ठरवले.

गिंझाला जायचे तर परत लाईन बदलायची होती. गिंझा लाईन होती.

टोकियो मेट्रो १९२७च्या डिसेंबर मध्ये सुरू झाली. तेव्हा १३ लाईन्स आणि २८५ स्टेशन्स होती. आता ८८२ स्टेशन्स असून त्यातली २८२ सबवे स्टेशन्स आहेत. हा आवाका समजायचा असेल तर किमान ६ महिने टोकियोमध्ये राहून मेट्रोने प्रवास करावा लागेल. पुण्यात मेट्रो चालू झाली तर मला काय आनंद झाला! कारण मूळ मुंबईची असल्यामुळे ट्रेनचे खास आकर्षण आहेच. पुण्यात अंतर्गत ट्रेन नव्हती. पण आता मेट्रो आल्यामुळे खरंच प्रवास सोयीस्कर झाला आहे. केवळ ३ लाईन्स आहेत आणि काही स्टेशन्स अजून चालू व्हायची आहेत. हे काम मी गेली ४ वर्षे पाहत आहे. २०२३ मध्ये सुरू झालेली ही मेट्रो पुढे नक्की जाळे पसरवेल. परंतु टोकियो मेट्रोसारखी प्रचंड जाळे पसरलेली मेट्रो पाहायचे भाग्य मला मिळाले

याचा मला खूप आनंद आहे. पुढे मागे जमले तर त्यावर नक्की जास्ती लिहायचे मनात आहे.

मी गिंझाला उतरले आणि २००८च्या आठवणी आल्या. काबुकी थिएटर असलेले गिंझा, शॉपिंग स्ट्रीट, मोठमोठे मॉल्स, कॅफेटेरिया, तरुणांना आकर्षित करणारी आंतरराष्ट्रीय प्रसिद्ध असलेली रेस्टॉरंट्स, बुटिक्स, महागड्या वस्तू मिळणारी दुकाने...... काय नाही गिंझामध्ये. टोकियो मधला सगळ्यात महागडा, एलीगंट, लॅक्झुरीअस आणि आकर्षक असा हा विभाग आहे. जपानी लोकांना ब्रँडेड वस्तूंचे वेड आहे. गिंझामध्ये Dior, Cartier, Mont blanc, Adidas, Zara, Channel, Prada, Burberry, Louis Vuitton.... (यातली मला काही नावेही नीट उच्चारता येत नाहीत) अशी ब्रँडेड शोरूमस् पाहायला मिळतात.

मला काबुकी (जपानी पारंपरिक संगीत नाटक) थिएटरला जायचे होते. फक्त बाहेरून पाहणार होते. २००८ मध्ये टोकियोमध्ये आम्हाला काबुकी पाहायला नेले होते ती आठवण झाली. मी नकाशात पाहिले आणि चालायला सुरवात केली. बरेच चालून गेल्यावर बाहेर पडायचा हवा होता तो गेट क्रमांक दिसला. मी चढून वर आले तर समोरच काबुकी थिएटर दिसले..... ते जांभळे पडदे आणि शेजारी असलेल्या काचेच्या शोकेसमध्ये असलेले काबुकी कलाकारांचे फोटो. मध्यंतरी मी जपानी टिव्हीवर काबुकी पाहायला सुरवात केली होती. आपण जितके पाहू तितके त्याबद्दल ज्ञान होत जाते आणि आपला त्यातील रस वाढतो. तसेच काहीसे माझे

झाले होते. काबुकीमधे महिला काम करत नाहीत. पुरुष महिलांचे काम करतात. भाषा जुनी जपानी आणि संगीतमय असते. परंतु एकंदर सेट्स, किमोनो, त्यांचा पेहेराव, मेकअप सगळेच अत्यंत देखणे असते. त्या थिएटर शेजारी एक काबुकीचे सोविनिअर्सचे दुकान होते. तिथे मी काबुकी कलाकारांचे चेहरे असलेले ओरिगामीचे कागद घेतले. जवळ जवळ १२ किलोमीटर चालणे झाले होते. आता घरी परतून विश्रांती घेऊन परत बाहेर पडायचे ठरवले.

४५. टोकियो टॉवर

घरी येत असताना कॉंबिनीमध्ये काही खाण्याचे पदार्थ घेतले. नचिकेतचे स्वयंपाकघर सर्व सोयींनी युक्त असल्यामुळे मी शक्यतो घरी जेवण करत होते. थोडी विश्रांती घेऊन टोकियो टॉवरला कसे जायचे ते पाहून ठेवले. आज थोडी जास्त थंडी होती. खरेतर मार्चचा पाहिला आठवडा होता. दिवसा तापमान १३-१४ अंश असायचे आणि रात्री कमी व्हायचे. नचिकेतच्या घरामध्ये हिटर होता. बाहेर पडताना थर्मल आणि जॅकेट असे दोन्ही घालून बाहेर पडायचे. हातमोजे पायमोजे तर गरजेचे होते. संध्याकाळी बाहेर पडायचे तर ही सगळी तयारी हवीच.

जपानचा ग्रीष्म ऋतू अनुभवायची माझी फार इच्छा होती. मी अनेकदा तसे हिरोयुकी सेनसेइंना बोलून दाखवले होते. त्या वेळेस त्यांनी मला फार काही प्रोत्साहन दिले नव्हते. त्याचे कारण माझ्या आता लक्षात येत होते. आपण भारतात, उष्ण कटिबंधात राहतो. काश्मीरला थोडे दिवस सहलीसाठी जाऊन येणे वेगळे आणि तिथे कायम वास्तव्य करणे वेगळे. थंड प्रदेशात लोकांना कसे जीवन जगायला लागत असेल याची कल्पना येत होती. हात-पाय गारठून जाणे, नाक थंड पडणे, सूर्याची किरणे अजिबात न जाणवणे, इत्यादि अनुभव येतात आणि निसर्गसुद्धा थंडीची चादर पांघरून निपचित पडून राहिला आहे असे वाटते. हे सगळे मन उदासीन होण्यास कारणीभूत होऊ शकते. जपानसारख्या अतिप्रगत देशात जिथे

लोकांना सगळ्या सुखसोयी आहेत तिथे या थंडीचा सामना करता येतो. तरीसुद्धा जपानी माणसाचे किंवा थंड प्रदेशात राहणाऱ्या लोकांचे खरंच कौतुक आहे. सातत्याने काम करणे, आनंदी राहणे, मनाने चांगले असणे, दुसऱ्याचा विचार करणे, नैसर्गिक आपत्तीत एकत्र येऊन काम करणे, आपला देश स्वच्छ आणि सुंदर ठेवणे यासाठीही मनाची मोठी ताकद असावी लागते.

युरोपातील काही देशांत थंडीमध्ये आत्महत्येच्या संख्या वाढळ्याचे निदर्शनास येते. उदासीनता हे एक त्याचे कारण आहे. जपानमध्येही बरेच लोक एक-एकटे राहतात. फार कोणाशी बोलत नाहीत. परंतु जपानचे वेगळेपण यामध्ये आहे की ते सार्वजनिक वातावरण आनंदी ठेवतात. उदासीनता दूर करणाऱ्या आनंददायक, मनाला उभारी देणाऱ्या गोष्टी जिथे तिथे दिसतात. त्यामधली प्रामुख्याने मला जाणवलेली गोष्ट म्हणजे दिव्यांचा वापर. झाडांना नाजूक दिव्यांची रोषणाई केलेली असते. रात्री जशी काही फुले उमललेली असावीत असे ते दृश्य असते. रंगीबेरंगी कागदांचे कंदील ठिकठिकाणी दिसतात. आपल्याकडे दिवाळीत जसा माहोल असतो तसेच काहीसे असते. 3D जाहिरातींनी टोकियो ओसाकासारखी मोठी शहरे सजलेली असतात. दुकाने, सुपरमार्केट, रेस्टॉरंट्स, कॅफेटेरिया झगमगत असतात. टोकियोमध्ये कुठूनही दिसणारा स्काय-ट्री प्रत्येक क्षणाला रंग बदलत असतो. जीवनात रंगांना किती महत्त्वाचे स्थान आहे ते अगदी पटते. रंगीबेरंगी खाण्याचे पदार्थ असोत की सोविनिअर्स, बेकरी मधले केक्स असोत की ओबंतो बॉक्सेस.

डोळ्यांना सुखावणाऱ्या रंगांमुळे उदासीनता कुठल्या कुठे निघून जाते. मन उत्साही होते.

मी टोकियो टॉवरला जाण्यासाठी निघाले. रात्रीच्या वेळेस दिसणारा टोकियो टॉवर मी पाहिला नव्हता. उशिरा निघाले होते त्यामुळे आत किंवा वरपर्यंत जाणार नव्हते. तसेही एप्रिल मधल्या शैक्षणिक सहलीच्या कार्यक्रमात टोकियो टॉवर होता. त्यावेळी आतून पाहणे किंवा वर जाणे होणार होते. २००८ला आम्हाला जपान फाऊंडेशनने नेले होते. ते तिकीट मी अजून आठवण म्हणून ठेवले आहे.

'म्योउदेन'वरून 'तोझाइ लाईन'ने 'कायाबाचो'ला जाऊन तिथे लाईन बदलायची होती. 'हिबिया लाईन'ने कामियाचो स्टेशनला जायचे होते. 'नाका मेगुरो'ला जाणारी ट्रेन पकडा असे धवलने सांगितले होते. ते लक्षात ठेवून मी ट्रेनमध्ये चढले. 'कामियाचो'ला उतरून वर आल्यानंतर टोकियो टॉवर कुठे आहे ते दर्शवणारा बाण दिसला. रस्ता सरळ असला तरी त्याला बऱ्यापैकी चढ होता. साधारण १२ मिनिटांनी एक वळण आले आणि वळले तर समोर तो रंगीबेरंगी टोकियो टॉवर दिसला. थोडा अजून दूर होता. त्याच्यापर्यंत पोहचायला अजून ५ मिनिटे चालायला लागणार होते. जसजसा जवळ येत होता तसतसा तो अधिक आकर्षक दिसत होता. त्याची बांधणी, त्यावर सोडलेले लाईट्स, आत मधल्या खाली-वर करणाऱ्या लिफ्ट आणि त्याचे समोरच्या चकचकीत इमारतींवर पडणारे प्रतिबिंब! अनिमिष नेत्रांनी पाहत राहावे असे दृश्य होते ते. लाल भडक रंगाचा तो टॉवर पॅरिसच्या आयफेल टॉवरची प्रतिकृती आहे.

दुसऱ्या जागतिक महायुद्धानंतर जपान उभा राहिला त्याचे तो प्रतीक आहे. १९५८ मध्ये बांधलेला, जपान मधला आता दुसऱ्या क्रमांकावर असलेला हा टॉवर ३३३ मीटर उंच असून आयफेल टॉवरच्यापेक्षा ३ मीटरने उंच आहे.

मी त्याचे अनेक फोटो काढले. त्याचे प्रतिबिंब पडत होते त्या इमारतींचे पण फोटो काढले. आत जाऊन वरपर्यंत जाऊन एकदा रात्रीचे टोकियो पाहावे असे मनात आले, परंतु आता मी दमले होते. आज ३ ठिकाणे केली होती आणि बरीच चाल झाली होती. पाय दुखू लागले होते. मी घरी परतायचे ठरवले. परत एकदा त्याच्याकडे पाहून घेतले आणि जाणवले जपानच्या झेंड्याचा जो मधला सूर्याचा लाल रंग आहे तसाच रंग या टॉवरला दिला आहे.

ट्रेनमधून घरी येत असताना मी खुशीत होते की आता कशी मला टोकियो मेट्रोची सवय झाली आहे आणि मी कशी सगळीकडे आरामात न चुकता जाऊ शकते आहे.....

पण हा फुगा उद्याच फुटणार होता....

४६. आसाकुसाचा गणपती

रात्री उशिरा धवलला आसाकुसा गणपतीला कसे जायचे ते विचारून घेतले. खरेतर मी, नीलम आणि शुन आसाकुसाला गेलो होतो. तेव्हा माहीत नव्हते की गणपती मंदिर जवळच आहे. पण असो मला गणपती मंदिरात जायचे होते. आजचा पास उद्या सकाळी ११पर्यंत वापरू शकणार होते. त्यामुळे सकाळच्या वेळात आसाकुसाचा गणपती पाहून यावे असे ठरवले. उद्या टोकियोला देवयानी भेटणार होती आणि आम्ही भारतीय दूतावासासमोरील साकुरा पाहायचा असे ठरवले होते.

सकाळी लवकर आवरून मी ८:४०ची तोझाई लाईन पकडून 'निहोंबाशि'ला उतरले. 'निहोंबाशि'वरून 'गिंझा लाईन'ने 'आसाकुसा'ला उतरले. बाहेर पडल्यावर ५/७ मिनिटात देऊळ आहे असे धवलने सांगितले होते. मी स्टेशन बाहेर पडले आणि वेळ जायला नको म्हणून कोबान*मध्ये (जपानमध्ये पोलीस उपस्थित असलेले चौकशी केंद्र जागोजागी असतात. त्याला कोबान म्हणतात) जाऊन गणपतीचे देऊळ कुठे आहे आणि कसे जायचे ते विचारले. रस्ता सरळ होता. धवलने सांगितलेल्या वेळेनुसार मला ५/७ मिनिटात मिळायला हवे होते. पण मला कुठे देऊळ दिसेना. मी चुकीच्या रस्त्याला आले की काय असे वाटून परत फिरले. स्टेशनकडे येऊन तेथील दुसऱ्या कोबानमधील पोलिसाला विचारले. त्याने परत मला तोच रस्ता सांगितला, परंतु त्याने हेही सांगितले

की दोन सिग्नल्स लागतील. दुसऱ्या सिग्नल नंतर डावीकडे आहे. मी दुसऱ्या सिग्नलला जाईपर्यंत १५ मिनिटे लागली. म्हणजे धवलने जे ५/७ मिनिटे लागतील असे सांगितले होते त्याच्या दुप्पट वेळ लागला होता. डाव्या बाजूला एक मंदिर दिसले. तेच असणार. मी रस्ता क्रॉस केला.

मंदिरात शिरताना पायऱ्यांच्या उजव्या बाजूला आपले सगळे भारतीय देव पाहून मला खूप आश्चर्य वाटले. त्यात राम, ब्रह्मदेव, सरस्वती यांच्या मुर्त्या होत्या. त्या बऱ्यापैकी जुन्या वाटत होत्या. नंतर या देवळाबद्दल वाचले तेव्हा कळले की हे देऊळ एदो काळात म्हणजे १६०३-१८६७ या काळात अधिक प्रसिद्ध झाले. गणपतीची जपानमध्ये वेगवेगळी नावे आहेत. काही ठिकाणी ‘कांगितेन’ म्हणतात तर काही ठिकाणी ‘बिनायाकातेन’ म्हणतात. देवळाचा परिसर तसा छोटा आहे. वर चढून जायला पायऱ्या आहेत आणि देवळाबाहेर एक बाई मुळे विकायला बसते. इथल्या गणपतीला मुळा हा नैवद्य दाखवतात. एक मुळा २०० येनला होता. मी एक मुळा विकत घेतला आणि देवळात गेले.

पाहते तर काय गणपती देव्हाऱ्याच्या आत होता, परंतु देव्हारा बंद होता. देवळाची वेळ सकाळी ८ ते दुपारी ४ लिहिली होती. इथे पण दुपारी बंद ठेवतात की काय असे मला वाटत होते तोच पुजारी पुढे येऊन मला सांगू लागला की गणेशाचा चेहरा आम्ही झाकून ठेवतो. तुम्ही मुळा अर्पण करू शकता. मी मुळा अर्पण करून थोडा वेळ देवळात बसले. मी काही वेळाने उठून बाहेर गेले. बाहेरच्या बाजूस

एक मोठी जपानी घंटा होती. मी जपानी अशासाठी म्हटले की तिचा आकार बऱ्यापैकी मोठा असतो. जपानमध्ये घंटा दोन प्रकारे वाजवतात. एक तर दोरखंडाने किंवा लाकडाच्या खांबाने. घंटेचा आकार मोठा असून घंटेच्या आतमध्ये घंटा वाजवायला लंबक नसतो. घंटा बरेचदा टेबलवर ठेवलेली असते किंवा नुसती टांगून ठेवलेली असते. कधी कधी देवळा बाहेरपण असते.

मी देवळाबाहेर आले तर उजव्या बाजूला अनेक मुळे एकावर एक रचून ठेवले होते व जवळच काहीतरी सूचना लिहिलेली होती. तिथे असे लिहिले होते की जितके हवे तितके घेऊन जा. तिथे एक सुरीही होती. मी वाचत असतानाच तिथे एक आजी आल्या. साधारण ८५च्या आसपास असाव्यात. त्या पेहेरावावरून थोड्या गरीब वाटत होत्या. त्यांनी सुरीने एक मुळा अर्धा कापला. अर्धा जागेवर ठेवून दिला. बाजूला असलेल्या वर्तमान पत्रात गुंडाळून त्या मुळ्यांना जपानी पद्धतीने वाकून अभिवादन करून त्या निघून गेल्या. मी आश्चर्याने थक्क झाले होते. देवाला वाहून झालेले मुळे उतरवून बाहेर रचून ठेवले होते. लोकांनी हवे तितके घेऊन गेले तरी चालणार होते. एका दिवशी खूप मुळे अर्पण होत असावेत. मला आश्चर्य या गोष्टीचे वाटले नव्हते की ते मुळे बाहेर ठेवले होते. मला या गोष्टीचे आश्चर्य वाटले होते की इतके मुळे असताना त्या आर्जींनी केवळ अर्धा मुळा घेतला आणि त्याबद्दल त्या मुळ्याच्या ढीगाला त्यांनी वाकून अभिवादन केले. संधीसाधूपणा हा जपानी रक्तातच नाही. फुकट मिळतंय तर भरपूर घेऊन जाऊया. हा विचार त्या

आजींच्या मनाला शिवलाही नसेल. देश खऱ्या अर्थाने सुजलाम् सुफलाम् असण्याचे हे द्योतक आहे. जिथे गरिबांना दोन वेळेचे जेवायला मिळत नाही अशा देशात जेव्हा अन्नाची नासाडी होते किंवा कदर केली जात नाही तो देश फक्त कागदावरच सुजलाम् सुफलाम् असतो.

मला प्रकर्षाने जाणवलेला अजून एक फरक इथे नमूद करायलाच हवा. आपल्याकडे देवतेला फळे, फुले, हार अर्पण करतात. तसेच प्रसादाचा शिरा, लाडू, मिठाया आणि शिजवलेल्या अन्नाचाही नैवेद्य दाखवला जातो. देवाला अर्पण करून परत मिळालेले पेढे, मिठाया, काहीही असले तरी ते 'प्रसाद' म्हणून लोकात वाटले जाते. आपली देवाप्रति अशी भावना असते की प्रसाद कोणताही का असेना तो भक्तिभावाने प्राशन करायचा. मग तो कोणी बनवला आहे, कुठे बनवला आहे, स्वच्छतेची किंवा आरोग्याच्या दृष्टीने योग्य काळजी घेतली आहे का? असे प्रश्न आपल्या मनाला शिवतही नाहीत.

जपानमधील मी पाहिलेल्या देवळांमध्ये मात्र पालेभाज्या नैवेद्य म्हणून अर्पण केलेल्या पाहिल्या. काही ठिकाणी धान्य किंवा फळभाज्याही ठेवतात. एकूणच अशा गोष्टी अर्पण केल्या जातात ज्या लगेच खराब होत नाहीत किंवा कोणीही तयार केलेले / शिजवलेले पदार्थ नसल्यामुळे त्यात हायजिन किंवा स्वच्छता याचा प्रश्न उद्भवत नाही. हे मला फार महत्त्वाचे वाटते. शेवटी अर्पण केलेला नैवेद्य प्रसादाच्या स्वरूपात परत वाटलाच जातो. पण तो

भाज्या, फळे, धान्य या स्वरूपात असल्यामुळे मनात शंकेला जागा राहत नाही.

मी तिथून बाहेर पडले. कितीतरी वेळ मला त्या मुळ्याच्या इथे असलेली पाटी दिसत होती. अर्पण केलेले मुळे बाहेर विकणाऱ्या बाईला परत दिले जात नव्हते. ते मुळे परत विकले जात नव्हते. ही देवळाची पवित्रता कायम ठेवण्याचाच एक भाग नाही का?

मी 'आसाकुसा'हून 'म्योउदेन'ला परतले आणि देवयानीचा मेसेज आलेला पाहिला. दुपारी दोन वाजता 'ओओतेमाची'ला आमचे भेटायचे ठरले.

४७. स्टार बक्स आणि साकुरा...

देवयानी माझी बी.ए. (जपानी)च्या वेळेपासूनची मैत्रीण. २०१९च्या माझ्या जपान सहलीच्या वेळेस ती नागोयाला राहात होती आणि मी तिच्या घरी पूर्ण दिवस राहिले होते. नंतर तिच्या यजमानांची बदली टोकियोला झाली. माझ्या या भेटीत मी तिला टोकियोला आले की भेटेन असे सांगितले होते. ओओतेमाची हा टोकियो मधील चियोदा भागातील अतिशय गजबजलेला भाग आहे. तिथे अनेक कॅफेटेरियाज आणि छान रेस्टॉरंट्स आहेत. माझ्याकडे हृषिकेशने दिलेले स्टारबक्सचे कार्ड होते. मी आज ते वापरायचे ठरवले.

माझे आणि देवयानीचे ओओतेमाचीला दोन वाजता भेटायचे ठरले. "मी १० नंबरच्या दरवाज्याने बाहेर पडेन तू पण १० नंबर एक्झीटपाशी ये" असा मेसेज मी तिला पाठवला. मी आता टोकियो-मेट्रो जणू काही पायाखालची वाट असल्यासारखी आत्मविश्वासाने सगळीकडे जाऊ लागले होते. देवयानीचा मेसेज आला की ती जेवून निघणार होती त्यामुळे थोडा वेळ लागणार होता. टोकियोमध्ये तसा वेळ घालवायला अनेक पर्याय आहेत.

कुठेही बसले तरी समोर असंख्य माणसे कशी पटापटा चालत असतात. उंच-उंच इमारतींच्या चकचकीतपणा मध्ये स्वच्छ चकचकीत रस्ते भर घालत असतात. मेट्रो 'सब-वे'ने बाहेर येणारे लोंढे शिस्तीत झेब्रा क्रॉसिंग पार करत असतात. वेळ कुठलीही असूदे मुंबईसारखेच टोकियो अखंड गजबजलेले असते. तरी माणसे

अजिबात आवाज करत नाहीत की गाड्यांचे हॉर्न वाजत नाहीत. आवाज असतो तो हिरव्या सिग्नलच्या 'कूक्क कू'चा आणि माणसांच्या पायरवाचा. धुराचे प्रदूषण अजिबात नसते हाही एक मोठा फरक जाणवतो.

मी घड्याळ पाहिले तर २:२० झाले होते. देवयानीला मेसेज करायचा विचार करत होते तेवढ्यात तिचा व्हॉट्सॲपवर कॉल आला की मी १० नंबर एक्झीटला आले आहे. मी तिला म्हणाले, "अग मी ही १० नंबर एक्झीटला आहे. मग आपण एकमेकींना दिसत कशा नाही?" तिने विचारले, "तुझ्यासमोर काय दिसतय?" आता माझ्यासमोर सगळ्या उंचच उंच इमारती होत्या. त्या तर अख्ख्या टोकियोमध्ये आहेत. तरी मी एका इमारतीचे नाव सांगितले. ती म्हणाली, "तू आहेस तिथे थांब, नाहीतर दोघीही फिरत बसू." मी तिथल्या बाकावर बसून राहिले. तिला बराच वेळ मी सापडत नव्हते. मग तिचा फोन आला की लोकेशन पाठव. लोकेशन पाठवल्यानंतर ती शोधत ५ मिनिटांनी आली. आम्हाला कळत नव्हते की १० नंबरच्या एक्झीटने बाहेर पडून सुद्धा आम्ही भेटलो कसे नाही. तेवढ्यात माझी ट्यूब पेटली ती केवळ मेट्रोचा अभ्यास केल्यामुळेच. मी तिला विचारले, "तू कोणत्या 'लाईन'ने आलीस?" ती म्हणाली, "चियोदा लाईन." मी गेले होते 'तोझाइ लाईन'ने. म्हणजे लाईन वेगळ्या असल्या तर एकच स्टेशन असून सुद्धा बाहेर यायचे रस्ते वेगवेगळे असतात. ती पण १० नंबर एक्झीटनेच बाहेर आली होती,

पण चियोदा लाईनच्या तर मी तोझाइ लाईनच्या. अजून बरेच शिकायचे आहे टोकियो मेट्रो बद्दल असे मनाला बजावले.

देवयानीच्या मते टोकियो मेट्रो एक चक्रव्यूहासारखे जाळे आहे. बाहेर पडलात तरी फिरत बसता. आम्ही दोघी कितीतरी वेळ हसत होतो. नंतर स्टारबक्सला जायचे ठरवले. आता साकुरा काही दिवसात फुलणार होता त्यामुळे स्टारबक्समध्ये साकुराची फुले घातलेले आइस्क्रीम आणि इतर पेये आली होती. आम्ही आपापल्या आवडीचे पेयं घेऊन गप्पा मारायला बसलो.

मला आपल्या इथले स्टारबक्स फारसे आवडत नाही. जास्ती प्रकार नसतात आणि कॉफी तर फार काही उच्च प्रतीची नसते जेव्हढी तिची किंमत असते. जपानमधील स्टारबक्समध्ये फक्त कॉफीच नव्हे तर इतर खूप खाण्याचे चविष्ट पदार्थही असतात. हे फक्त स्टारबक्समधेच असे नाही. मॅक डोनाल्ड, के एफ सी अशा जगभर पसरलेल्या फास्ट फूडच्या साखळ्या आहेत. त्या भारतामध्ये आणि बाहेरील देशांत दिल्या जाणाऱ्या पदार्थांमध्ये फार तफावत करतात. हा माझा समज नसून अनुभव आहे. भारतात दिल्या जाणाऱ्या पदार्थांचा दर्जा, आकार आणि चव हे बाहेरील देशात दिल्या जाणाऱ्या पदार्थांपेक्षा कमी प्रतीचे असतात असे माझे ठाम मत आहे. आपल्या बऱ्याच लोकांना हे माहीत नाही. मीही याच समजुतीने जपानमधल्या मॅक डोनाल्ड किंवा स्टारबक्समध्ये जात नव्हते की एकतर महाग आणि कमी प्रतीचे. परंतु काही कारणाने जेव्हा गेले तेव्हा मला आश्चर्यांचा धक्का बसला. पदार्थांची विविधता, त्यांच्या

सुरेख चवी आणि त्यामानाने किंमत कमी. म्हणजे आपल्याकडे असते तेवढीच. ही तफावत का असावी?

देवयानीने आणि मी ठरवले की भारतीय दूतावास असलेल्या ठिकाणी जायचे. तिथे थोडाफार साकुरा फुलायला लागला होता असे ऐकले होते.

आम्हाला 'ओओतेमाची'हून 'कुदानशिता'ला जाऊन साधारण १५ मिनिटे चालावयाचे होते. आम्ही 'कुदानशिता'ला उतरलो आणि भारतीय दूतावासाच्या दिशेने चालू लागलो. सगळ्या झाडांची पानगळ झालेली पाहून मी देवयानीला म्हटले, "अग आलोय खरं, पण साकुरा असेल का?" ती म्हणाली, "आता आलोच आहोत तर हा रस्ता शेवटपर्यंत चालून पाहू."

रस्ता बऱ्यापैकी लांब होता. बाजूने नदी वाहत होती, रस्त्याच्या दुतर्फा पानगळ झालेले वृक्ष होते. काही मिनिटे चालल्यावर दूरवर काही साकुरा फुललेली झाडे दिसली. ती आपल्या दुतावासा समोरच होती. आम्ही तिथपर्यंत जाऊन बरेच फोटो काढले. परिसर एकदम स्वच्छ होता. माणसे तुरळक दिसत होती. देवयानीने सांगितले की इथे साकुरा पूर्ण फुलला की खूप गर्दी होते. लोकं नदीमध्ये बोटिंग करत हानामीचा आनंद लुटतात. माझी पण इच्छा आहे की कधीतरी नदीमध्ये बोटिंग करताना साकुरा पाहायचा. त्याच्या पाकळ्या सतत हवेत उडतानाचे दृश्य विलक्षण अनुभव देणारे आहे. उमलताच पाकळ्या गळून पडणारा साकुरा जीवन किती क्षणभंगुर आहे ते

सांगत असतो. झाडावर साकुरा इतर फुलांप्रमाणे कधीच सुकून जात नाही. जसा आपला पारिजात. उमलताच झाडावरून खाली टपकतो. अंगणात सडा घालतो. प्रत्येक फुलाची खासियत वेगळी. साकुराचे समर्पण हे जपानी माणसाला तरुण असतानाच जीवन समर्पित करण्याची शिकवण देते असे जपानी लोकं मानतात. जीवन समर्पित करणे म्हणजे केवळ मरणे नाही तर स्वतःच्या कामाला, देशाच्या प्रगतीला, वाहून घेणे. तरुणपणी खूप मेहेनत करणे. जपान देश असा का आहे याचे उत्तर बरेचदा जपानचा निसर्ग आणि त्याबरोबर त्याच्याशी समरस होण्याच्या जपानी माणसाच्या मानसिकतेचा अभ्यास केला की मिळते.

मी देवयानीचा निरोप घेतला. आज खूप गप्पा झाल्या होत्या. आम्ही पुण्यात नाही भेटलो तरी जपानमध्ये भेटत होतो. परत आलीस की नक्की राहायला ये असे तिने मला आमंत्रण दिले. तिचा निरोप घेऊन मी म्योउदेनला जाणाऱ्या ट्रेनमध्ये चढले.

४८. आकिहाबारा आणि रश्मी

रश्मी म्हणजे अनुपमा टिळकची मुलगी. माझ्याकडे N2 शिकत असताना तिला पदव्युत्तर शिक्षणासाठी वासेदा या महाविद्यालयात शिष्यवृत्ती मिळून २ वर्षाच्या अभ्यासक्रमासाठी ती सद्ध्या टोकियोमध्ये राहत आहे. मी टोकियोला येणार हे कळल्यानंतर तिने मला नक्की भेटूया असे सांगितले होते. माझ्या विद्याथर्यांना भेटायला मला खूप आवडते. मला पुण्यात परतायला आता केवळ ३ दिवस राहिले होते. रश्मीला भेटायचे कबूल केल्याप्रमाणे आमचे मेसेजेस झाले. त्यानुसार आकिहाबारा (इलेक्ट्रॉनिक सिटी) इथे भेटायचे ठरले. रश्मीला आकिहाबारा अगदी तोंडपाठ आहे. पण मला केवळ १-२ वेळाच गेल्यामुळे अजून भांबवल्यासारखे होते. २०१७ मध्ये मिनूला नेले होते त्यानंतर आता जात होते.

रश्मी आणि मी भेटल्यानंतर आम्ही खूप फिरायचे ठरवले. रश्मीने तिच्या आवडत्या सुपर मार्केटमध्ये मला नेले. तिथे मिळत नव्हती अशी एकही गोष्ट नव्हती. मेकअपचे तर इतके सामान होते की तरुण मुलींना अक्षरशः वेड लागत असावे. तिथे मी अदितीसाठी काही कॉस्मेटिक्स आणि सुरेख सॉक्स घेतले. त्यानंतर आम्ही जेवायला मॅकडोनाल्ड मध्ये गेलो. आज रश्मीच्या आवडीच्या जागांवर जायचे असे ठरले होते. जेवून झाल्यावर आम्ही 'ताकाशिमाया' या जपानमध्ये अतिशय प्रसिद्ध असलेल्या स्टोअरमध्ये गेलो. कुठेही गेले तरी मला स्टेशनरी घ्यायला खूप

आवडते. मी साकुराचे नाजूक डिझाईन असलेल्या पेन, पेन्सिल्स, डायऱ्या, लेटर पॅड, स्टिकर्स, बुक मार्क्स, की चेन, एन्वेलोप अशा अनेक वस्तू घेतल्या. मला आणि रश्मीला काय घेऊ आणि काय नको असे झाले होते. नंतर रश्मीला तिच्या आवडत्या स्टारबक्समध्ये जायचे होते. तिथे जाऊन आम्ही आमचे आवडते पदार्थ घेतले. साकुरा फुले घातलेले आइस्क्रीम खाल्ले. त्यानंतर पिकाचू नावाचे एक ऑनिमे कॅरेक्टर आहे, त्याच्या दुकानात मला रश्मी घेऊन गेली. तिथून अनेक सॉफ्ट टॉईज असलेल्या दुकानात तिने नेले. तिच्या बरोबर मलाही मी वीस बावीस वर्षांची आहे असे वाटू लागले.

जपानची ऑनिमे कॅरेक्टर हा लिहिण्यासाठी एक स्वतंत्र विषय होईल. अमेरिकेच्या कार्टूनवर मात करून अख्ख्या जगाला वेड लावले ते जपानच्या ऑनिमेने. जपान जसेच्या तसे ऑनिमेमध्ये दाखवले जाते. त्या कलाकारांची पण कमाल आहे. पाहणाऱ्याला आभासी जग अत्यंत खरे वाटण्याची ताकद त्या ऑनिमेमध्ये आहे. लहान मुलांपासून ते अगदी ७०-८० वर्षांच्या आजी-आजोबांसाठी पण ऑनिमे आहेत. त्यांचे विषय, त्यातली जपानी संस्कृती यामुळे जगाला जपान या देशाची ओळख होते. मी ऑनिमेमध्ये फार काही रमत नाही, पण कधीतरी पाहायला आवडते. ऑनिमे तयार करणाऱ्यांमध्ये मला मियाझाकिचे ऑनिमे आणि त्यावरील चित्रपट आवडतात. त्याचे ऑनिमे फार वेगळी कल्पकता असणारे आणि खिळवून ठेवणारे असतात. जपानी भाषेच्या वर्गात अभ्यास या

दृष्टिकोनातून मी हे ऑनिमे दाखवायला सुरवात केली. मुलांना जपानच्या ह्या संस्कृतीची ओळख असायला हवी. न जाणो त्यांच्यामध्ये एखादा ऑनिमे काढणारा कलाकार असू शकतो हा माझा त्यामागील विचार होता. आणि माझ्या विद्याथ्यांमध्ये खरंच काही मुले अप्रतिम ऑनिमे काढणारी निघाली. रश्मी सुद्धा छान ऑनिमे काढते.

तिथे थोडे फिरून आम्ही परत जायचे ठरवले. रश्मीला जपानमध्ये जाऊन थोडासा एकटेपणा आला होता. तसा सगळ्यांनाच सुरवातीला येतो. वेगळा देश, तिथली वेगळी संस्कृती, समाज जीवन, नियम, चालीरीती, भाषेचा वापर इत्यादी गोष्टींबद्दल मी जपानी भाषा शिकवताना विद्याथ्यांना जरी सांगत असले तरीही शेवटी प्रत्यक्ष जाऊन तिथे राहिल्यावर त्यांना येणारे अनुभव आणि त्यानुसार स्वतःला त्यामध्ये सामावून घेणे या गोष्टीसाठी वेळ द्यावा लागतो. मनाची सहनशीलता लागते. आई-वडिलांपासून दूर राहिले की आपल्याला गोष्टी सहज कशा मिळत होत्या त्याची जाणीव होते. जपानमध्ये स्वतःची सगळी कामे स्वतः करताना स्वावलंबन खऱ्या अर्थाने कळते. जितके लहान वयात आपण शिक्षण किंवा नोकरीसाठी घराबाहेर पडतो तितके सर्वार्थाने स्वावलंबी होतो. जपान तुम्हाला सहनशीलता तर शिकवतोच त्याचबरोबर शिस्त, स्वावलंबन, कष्ट आणि समाजात कसे वावरावे हेही शिकवतो. जपान हा सामाजिक जाणीव शिकवणारा देश आहे. रस्त्यावर, रेल्वे स्टेशनवर, रेस्टॉरंट्समध्ये, सुपरमार्केटमध्ये सगळीकडे शिस्त

दिसते. कोणीही अघळपघळपणे बोलत उभे नसतात. रांगेत कसे उभे राहावे ते जपानी माणसांकडून शिकावे. त्यांना सांगावे लागत नाही की रांग लावा किंवा स्टेशनच्या फलाटावर आखलेल्या रेषेच्या आत उभे राहा. त्यांना ह्याची जाणीव असते की लोकांना बस किंवा ट्रेनमधून प्रथम उतरू द्यावे.

टोकियोमध्ये फिरताना रश्मी मला म्हणाली, "सेनसेइ, बघा ना रस्त्यावर कुठेच कचऱ्याचा बॉक्स ठेवलेला नाही. कचरा बॅगमधून घरी घेऊन जावा लागतो." कचऱ्याचा एकही डबा नसताना शहर, रस्ते चकचकीत असणे हे स्वच्छतेला देव मानणाऱ्या त्या देशाच्या, जनतेच्या मानसिकतेची ग्वाही देते. सार्वजनिक शौचालये ही स्वच्छ आणि कोरडी असणे हा त्यातला सगळ्यात महत्त्वाचा भाग आहे. जपानी माणसाच्या मते प्रत्येक जागी देव असतो, ती जागा स्वच्छच असली पाहिजे.

रश्मीचा निरोप घेताना आम्हा दोघींचे मन भरून आले. "परत आले की नक्की भेटेन. नीट राहा." असे सांगून मी म्योउदेनच्या ट्रेनमध्ये चढले. आजचा दिवस पाखरासारखा भूर्कन उडून गेला होता. उद्या मी ऐश्वर्याबरोबर जायचे कबूल केले होते. आम्ही जाणार होतो मेइजी जिंगु आणि अजून बऱ्याच ठिकाणी.

४९. साकुरा आणि दांगो

मला म्योउदेन सोडण्यापूर्वी परत एकदा साकुरा पाहायचा होता. ऐश्वर्याबरोबर १० वाजता निघायचे ठरले होते. त्याआधी मी ८ वाजताच जाऊन नदीच्या बाजूला फुललेला साकुरा पाहायचे ठरवले. मी सुपर मार्केट मधून साकुराच्या सणाचा खास पदार्थ दांगो विकत आणला होता. जपानी पदार्थांमध्ये दांगोला साकुराच्या सणाच्या वेळेस खास महत्त्व असते. तांदूळ पिठीपासून बनवलेला हा गोड पदार्थ ३ किंवा ५ डंपलिंग बनवून त्याचे स्क्युअर करतात. साकुराचे फुल गुलाबी किंवा पांढरे असते आणि पाने हिरवी असतात. त्याचे प्रतीक म्हणून डंपलिंग या ३ रंगांचे करतात.

हानामी म्हणजे साकुरा बघायचा सण. यावेळी जपानी लोकं दांगो आणि राईस वाईन घेऊन साकुरा पाहायला जातात. झाडाखाली बसून दांगो खात, वाईन पीत साकुरा बघायचा आनंद लुटतात. त्यावरून 'हाना योरी दांगो' अशी एक म्हण प्रचलित आहे. याचा अर्थ असा की फुले बघण्यापेक्षा लोकांना दांगो खाण्यातच जास्ती रस असतो. म्हणजे फुले राहिली बाजूला जास्ती मजा खाऊन पिऊन करतात. पण मी मात्र 'दांगो योरी हाना' अशी उलट म्हण मनात ठेवून दांगोपेक्षा फुलांमध्ये जास्ती रस घेणार होते.

पटपट पावले उचलत मी नदीकाठी गेले. यावेळी जागा शोधायची नव्हती त्यामुळे लगेच पोहोचले. पाहाते तर बऱ्याच झाडावरील बहर ओसरत आला होता. पण काही झाडांवर कळ्या आणि फुले ताजी

दिसत होती. मी दांगो काढले आणि फुले पाहत पाहत दांगोचा आस्वाद घेतला. काही फोटो काढले. माझे कधीपासूनचे स्वप्न होते की हानामीला जाऊन दांगो खायचे. वाईन तर नव्हती पण माझ्या परीने मी हानामी साजरा केला. मी फुलांना नेहमी धन्यवाद देते. मग ती माझ्या घरच्या बागेतील असोत की बाहेरील. ज्यांचे रंग, सुवास, आकार मनाला आनंद देतात आणि कोणतीही जात, धर्म, देश, भाषा याचा भेदभाव करत नाहीत अशा फुलांना कितीही धन्यवाद दिले तरी कमीच. मी म्योउदेन मधल्या त्या साकुराच्या झाडांना परत कधी भेटणार हे माहीत नव्हते, परंतु दोनदा भेटले तेव्हा खूप आनंद दिला होता त्यांनी. हात न लावताही जाणवणारा त्यांचा नाजूक स्पर्श कितीतरी दिवस आठवणार होता. 'फुकुओका'मध्ये फेब्रुवारीमध्ये पाहिलेला साकुरा आणि आता मार्च मधील टोकियो मधला साकुरा यांनी मनाचे समाधान झाले होते. पुढच्या वर्षी साकुरा पाहायला नक्की यायचे असे ठरवून मी ऐश्वर्याला मेसेज केला की मी घरी येते आहे मग निघुया.

ऐश्वर्या आणि मी प्रथम 'मेइजि जिंगु' या सुप्रसिद्ध शिंतो देवळात जायचे ठरवले. मेइजि जिंगु मी २०११ मध्ये अदिती बरोबर पाहिले होते. तिथे लक्षात राहिलेली गोष्ट म्हणजे शिंतो धर्मामधील लग्न.

५०. मेइजि जिंगु

जपानमध्ये राजाच्या नावाने पर्व ओळखले जाते. १८६८-१९१२ हा मेइजि राजाचा काळ मेइजि पर्व म्हणून ओळखला जातो. मेइजि पर्व हे जपानमध्ये महत्त्वाचे अशासाठी मानले जाते की त्या काळात जपानची औद्योगिक प्रगती झाली. रस्ते आणि कारखाने यामध्ये प्रगती झाली. पश्चिमी देशांचे अनुकरण जपान करू लागला. मेइजि राजा १९१२ मध्ये मरण पावला. त्याची राणी १९१४ मध्ये मरण पावल्यानंतर जपान सरकारने मेइजि जिंगु हे शिंतो धर्माचे देऊळ बांधले.

७० हेक्टर जागेत हिरव्यागार घनदाट झाडांच्या मध्ये बांधलेले हे देऊळ टोकियोच्या 'शिबुया' या गजबजलेल्या शहरात असूनसुद्धा आत शिरल्यावर शहराचे अस्तित्व अजिबात जाणवत नाही. देवळाजवळच योयोगी पार्क हे ५४ हेक्टर जागेत पसरलेले विस्तीर्ण सार्वजनिक उद्यान आहे. हे फिरून पाहायला जवळ जवळ ३ तास लागतात. हाराजिकु स्टेशनला उतरून योयोगी पार्कला चालत जाता येते. मी आणि ऐश्वर्याने तसेच करायचे ठरवले. प्रथम योयोगी पार्कला जाऊन मग तिथून मेइजि जिंगुला जावे असे ठरले.

हाराजिकु स्टेशनला उतरून आम्ही योयोगी पार्क गाठले. २०११मध्ये मी अदिती बरोबर योयोगी पार्कला आले होते. पण आता फारसे आठवत नव्हते. त्यावेळेस आम्ही फारच कमी वेळासाठी आलो होतो. कोणता तरी सण साजरा होत होता आणि सगळीकडे खाण्याचे

स्टॉल्स लागले होते. आता सुद्धा खाण्याचे अनंत प्रकारचे स्टॉल्स दिसत होते. जपानी भाषेत त्याला 'याताइ' म्हणतात. जपानी लोकांना याताइचे फार आकर्षण असते. तसेच त्यावरचे पदार्थ खाण्याची आवडही असते. खाण्याचा स्टॉल म्हटलं की आपल्या डोळ्यासमोर जे येतं त्याच्या अगदी विरुद्ध याताइ असतात. पदार्थ अनेक वेळा तळलेले तेल असलेली कढई, अस्वच्छता, आजूबाजूला पडलेला कचरा, अस्वच्छ कपडे, जवळच बशा-कप इत्यादी धुण्यासाठी बादली याचा कुठेही मागमूस नसतो. अतिशय स्वच्छ, आरोग्यदायी, ताजे पदार्थ यावर भर असतो. मी अनेक वेळा 'याताइ'वरील पदार्थ खाल्ले आहेत. कधी ताकोयाकी, कधी याकिसोबा, कधी अगदी म्हातारीचा कापूससुद्धा खाल्ला आहे.

योयोगी पार्कमध्ये अधून मधून फुलझाडे दिसत होती, परंतु बहुतेक झाडे जी साकुराची होती ती पानगळ झालेली होती. साकुराची अनेक झाडे होती. वसंत ऋतू मध्ये काय नजारा असेल!

योयोगी पार्कमध्ये मुलांसाठी अनेक खेळ तर होतेच परंतु आम्हाला पोलिसांच्या काही गाड्या उभ्या असलेल्या दिसल्या. जवळ जाऊन पाहिले तर आगीपासून रक्षण कसे करावे, आग कशी विझवावी याचे प्रशिक्षण दिले जात होते. आम्ही त्यात भाग घेतला.

बरेच चालल्यानंतर आम्ही थोडे खाऊन घेतले. त्यानंतर मेइजि जिंगुला जायचे ठरवले. रस्ता अतिशय प्रशस्त आणि स्वच्छ होताच शिवाय आजूबाजूला असलेली दाट हिरवाई मनाला प्रसन्न करत

होती. दमणूक अजिबात होत नव्हती याचे श्रेय तिथल्या प्रदूषण नसलेल्या हवेला द्यावे लागेल.

मेइजि जिंगुचे प्रचंड मोठे तोरिइ दिसले. आता जवळच होते ते श्राइन.

मेइजि जिंगुचे वेगळेपण जाणवले ते त्याच्या भवताली असलेल्या मोठमोठ्या वृक्षांमुळे. आम्हाला तिथे शिंतो धर्माच्या पद्धतीचे एक लग्न पाहायला मिळाले. लग्नाची वरात जात होती त्यात माणसे अगदी आवाज न करता शांतपणे चालत होती. नवरा-नवरीच्या डोक्यावर छत्री धरली होती. मुली 'युकाता' घालून सजल्या होत्या. आपल्याकडे लग्नाच्या वरातीत जी धमाल असते तसा कुठे मागमूस नव्हता. संस्कृतीचा फरक हा असणारच पण जिथे आनंद साजरा होतो तिथे तो दाखवायचा ही असतो. प्रेतयात्रा आणि लग्नाची वरात यात फक्त कपड्यांचा काय तो फरक. मला ही तुलना करायला अजिबात पटले नाही परंतु दुसरी उपमाच सुचली नाही. १५-२० माणसांची शांत परेड करून कोणीही न बोलता हळूहळू चालत फोटो काढायच्या ठिकाणी जाऊन बसणे. नंतर तिथे नवरीचा मेकअप करायला १२-१५ मिनिटे जाऊन त्यानंतर वेगवेगळे फोटो काढणे. या सगळ्यात थोडे फार चेहेऱ्यावर हसू आणि अगदी हळू आवाजात बोलणे सोडले तर लग्न आहे हा केवळ कपड्यांवरून अंदाज येतो. असो देशांप्रमाणे आणि संस्कृती प्रमाणे फरक हा असणारच.

देवळाच्या आवारात फिरून फोटो काढून झाल्यावर आम्ही परत फिरायचे ठरवले. संध्याकाळी धवल दातार आणि त्याची पत्नी पुजा हिच्या सोबत आम्ही चिनी रेस्टॉरंट मध्ये जायचा बेत केला होता. धवलची मिटिंग रात्री १० वाजता संपणार होती. त्यानंतर चालत १० मिनिटांवर असलेल्या त्या चिनी रेस्टॉरंटला आम्ही जाणार होतो.

मी घरी जाऊन सगळी तयारी केली. दुसऱ्या दिवशी मला नचिकेतने कारने तोबु हॉटेलला सोडायचे असे ठरले. मी खरेतर त्याला सांगितले होते की नारिता विमानतळावर जाणाऱ्या बसमध्ये बसवून दे. परंतु त्याने मात्र मला हॉटेलपर्यंत सोडायचे हे ठरवले होते. मी नीलमला सोडायला गेले तेव्हाच हॉटेलचे बुकिंग केले होते. आदल्या दिवशी जाऊन मी विमानतळाजवळ राहणार होते. नचिकेतचे मला खूप कौतुक वाटले. माझ्यासाठी तो पार विमानतळापर्यंत सोडायला येणार होता. दुसऱ्यासाठी वेळ देणे हे कित्येकांना जमत नाही पण माझे विद्यार्थी खूप वेगळे आहेत. म्योउदेन ते नारिता हे जवळ जवळ सव्वा तासाचे अंतर आहे. बॅग भरताना माझे डोळे भरून येत होते. कारण नक्की कळत नव्हते. जपान सोडणार म्हणून की माझ्या विद्यार्थ्यांचे माझ्यावरील प्रेम पाहून ...

रात्री आम्ही चौघे मी, ऐश्वर्या, धवल आणि पुजा असे रामेन खायला गेलो. खूप गप्पा झाल्या आणि मजा आली. म्योउदेनला परत कधी येणे होईल माहीत नव्हते. पण हे रेस्टॉरंट मला फारच आवडले होते. परत नक्की यायचे असे मी ठरवले. सकाळी ऐश्वर्याने मला

बटाट्याचे पराठे करून दिले. मी म्योउदेनचा निरोप घेऊन नारिताला निघाले...

५१. जपान सोडताना...

मला २०२०मध्ये ५ वर्षांचा विसा मिळाला होता तेव्हा मी किती आनंदी झाले होते की आता प्रत्येक वर्षी जपानला जायचे. त्यासाठी मी पैसेही साठवले होते. पण कोरोना आला आणि सगळ्याच गोष्टींवर पाणी पडले. आता २०२३ मध्ये मी १-२ नाही तर चक्क ४ आठवडे आणि ४ दिवस अशी ३२ दिवसांची जपान ट्रीप तर केलीच शिवाय आता परत लगेचच मी शैक्षणिक सहल घेऊन एप्रिलच्या अखेरीस जपानला येणार होते. २०२०चे ऑलिम्पिक पाहायचे स्वप्न अपूर्ण राहिले तरी आता एप्रिलमध्ये आम्हाला ऑलिम्पिक खेळाडूंसाठी बांधलेल्या खोल्यांमध्ये राहायची परवानगी ऑलिम्पिक कमिटीकडून मिळाली होती. ही एक फार आनंदाची आणि अभिमानाची गोष्ट होती.

मला म्योउदेनहून नारिताच्या तोबु हॉटेलपर्यंत नचिकेतने सोडले आणि माझा निरोप घेतला. परत लवकरच आम्ही भेटणार होतो. मी आणि नचिकेतने शैक्षणिक सहलीच्या अनेक गोष्टी ठरवल्या होत्या. सहलीचा मुख्य आराखडा नचिकेतचा होता त्यात मी कोणताही हस्तक्षेप करायचा नाही असे ठरवले. मी एक शिक्षिका या नात्याने मुलांना घेऊन जाणार होते.

गेले ३२ दिवस मी माझ्या आवडत्या जपानमध्ये होते. जे जे ठरवले ते ते मी केले होते. मग ते थंडी मध्ये राहणे असो की कागोशिमा आणि फुकुओका या दक्षिणेला असणाऱ्या क्युशु बेटावर जाणे असो.

बिवा-कोला आणि ओकायामाला एकटीने जाणे असो की नीलमबरोबर हाकोनेला जाणे असो. हिरोयुकी सेनसेइ, ओसाकाचे आई-बाबा त्यांच्याबरोबर साजरा केलेला माझा वाढदिवस, योगी साननी मला दिलेला वेळ, ऋषिकेश, ऐश्वर्या, रश्मी, स्वाती, देवयानी, धवल, पुजा, नचिकेत, नचिकेतचा दादा अनिकेत आणि वहिनी नेत्रा, सगळ्यांनी माझे केलेले आदरतिथ्य हे सगळं मला आठवत होते. अप्रतिम आणि नयनरम्य फुजीचे दर्शन, साकुरा आणि प्लमचा बहर, काय काय नाही पाहिले मी! मनाला शांतता आणि समाधान देणारी ही सहल माझ्या कायम स्मरणात राहणार होती. मागील पुस्तकात मी लिहीले आहे की दर वेळेस जपानहून जाताना मी खूप काही घेऊन जाते. पैशानेही विकत घेऊ शकणार नाही असे प्रेम, आपुलकी, जिव्हाळा, मैत्री, आदर, समाधान आणि डोळ्यात साठवता येणार नाही असे निसर्गाचे रुप. यापेक्षा अजून काय हवे असते ?

विमान आकाशात झेपावले होते. नारिताला काहीच दिवसात परत यायचे होते एका वेगळ्या अनुभवाने समृद्ध होण्यासाठी...

५२. अदिती अकॅडमीची पहिली शैक्षिणक सहल

आपली संस्था मुलांना जपानी शिकवते, त्यापाठी जपानी भाषेच्या परीक्षा उत्तीर्ण होऊन मुलांना भारतात किंवा जपानमध्ये उत्पन्नाचे साधन निर्माण व्हावे हा जरी संस्थेचा उद्देश असला तरी इतर अनेक गोष्टी डोळ्यासमोर ठेवून मी संस्थेमार्फत काम केले आहे. ज्यात मला माझ्या विद्याथर्यांचं कायम सहकार्य मिळाले आहे. त्यापैकी एक म्हणजे शैक्षणिक सहलीचा उपक्रम कधीपासून माझ्या मनात घर करून होता. आपण जी भाषा शिकतो तो देश एकदा तरी बघायला मिळावा हे ती भाषा शिकणाऱ्या प्रत्येक विद्याथर्याला वाटत असते. मी स्वतः जपानी भाषेच्या विद्यार्थीदशेत असताना नेहमीच जपानला जाण्याचे स्वप्न पाहिले होते. ज्यांना शक्य आहे त्यांनी नक्की जपान एकदा तरी पाहावे असे माझे मत आहे.

जपान पर्यटनासाठी खुले झाल्यानंतर टोकियोमध्ये स्थाईक असलेल्या माझ्या नचिकेत ह्या माजी विद्याथर्यांबरोबर पहिल्या शैक्षणिक सहलीचे आयोजन करण्याचे नक्की झाले. माझ्या विद्याथर्यांना फार आर्थिक भार पडू नये ही काळजी मी आणि नचिकेतने घेतली होती. त्याच बरोबर अॅना (ANA ऑल निप्पोन एअरवेज) ह्याचे तिकीट काढळ्यामुळे मुंबई ते थेट नारिता असा प्रवास होता. विद्याथर्यांचे विसा वगैरे झाले आणि जायचा दिवस जवळ येऊ लागला ....

माझी जपानची ट्रीप आटपून आल्यानंतर आमचा शैक्षणिक सहलीचा जो व्हॉटसअॅप ग्रुप केला होता त्यावर मी मुला-मुलींना काही सूचना देत होते. जसं की चालायचा सराव करा. जपानमध्ये खूप चालावे लागते. शक्यतो कमी ओझे घ्या. बॅग कमी वजनाची असली की एका ठिकाणाहून दुसरीकडे जाणे सोपे होते. तिथे काही उठता बसता रिक्षा किंवा हमाल नसतात. स्वतःचे ओझे स्वतःलाच उचलावे लागते. जपानी येन घेऊन ठेवा. प्रवास विमा काढा. जपानमध्ये आपण फिरायला जात असलो तरी डोळे उघडे ठेवून तिथले सामाजिक जीवन अभ्यासा आणि त्याप्रमाणे वागा. जवळ जवळ सगळेच प्रथमच जपानला जात होते. त्यात काही प्रथमच परदेश दौरा करणारे होते. त्यांना असणारी उत्सुकता आणि उत्तेजना मी समजू शकत होते परंतु तिकडे जाऊन कोणीही नियम मोडणे किंवा तिथल्या पद्धतीने न वागणे हे नकळतही होऊ नये असे मला वाटत होते. तसेही जपानी भाषा शिकवताना मी जपानबद्दल सांगत असते. शिवाय माझ्या पुस्तकातून मी जपानबद्दल बऱ्यापैकी लिहिले असल्यामुळे त्यांना जपान कसा असेल याची थोडीफार कल्पना जाण्याआधी होतीच. परंतु प्रत्यक्षात तिकडे गेल्यावर कसे वागायचे याचे भान असणेही महत्त्वाचे होते.

सहलीचा आनंद सगळ्यांनाच लुटायचा असतो आणि ही काही शाळा नव्हती की तिथे मी छडी घेऊन त्यांच्या बरोबर असणार होते. तरीही भारतीय लोकांकडे पाहायचा दृष्टिकोन परदेशात अतिशय वेगळा आहे. जपानमध्ये ही काही उपद्रवी भारतीय लोकांमुळे

त्यांच्याबद्दल फार चांगली प्रतिमा नाही आहे. माझ्या कानावर अनेक अशा गोष्टी आल्यामुळे मी थोडी सावध होते आणि मुलांनाही त्याप्रमाणे सूचना देत होते.

सहलीला जाण्याआधी सगळ्यांनी एकत्र भेटावे आणि सगळ्यांची एकमेकांशी ओळख व्हावी असे मला वाटत होते. याची दोन कारणे होती. एक म्हणजे हल्ली ऑनलाईन क्लासेसमुळे बरेच विद्यार्थी मला समक्ष भेटत नाहीत. या सहलीमधील काही विद्यार्थी तर मला अजिबातच भेटलेले नव्हते. त्यांची ओळख व्हावी हा हेतू होता. गप्पा-गोष्टी करण्याच्या निमित्ताने त्यांना जपानबद्दल अजून काही गोष्टी सूचित कराव्यात असेही मला वाटत होते. जसे की ट्रेनमध्ये मोठमोठ्या आवाजात न बोलणे; फूटपाथवरून चालताना घोळका करून न चालणे, सुट्टे येन जवळ ठेवणे, पावसाची शक्यता असल्यामुळे छत्री बाळगणे किंवा जपानला गेल्यावर लगेच खरेदी करणे, जपान रेल्वे पास जपून वापरणे, ठरवलेल्या वेळा पाळणे, कचरा व्यवस्थापन समजून घेऊन त्यानुसार कचरा टाकणे, जपानी भाषा शिकत आहोत तर जमेल तितके जपानी लोकांबरोबर जपानी भाषेत बोलणे, तिथले शिष्टाचार पाळणे, इत्यादी.

दुसरं कारण म्हणजे त्या सगळ्यांच्या मनातही काहीना काही प्रश्न होते. जसे की आम्ही किती येन घ्यावेत. जपानमध्ये किंमती कशा आहेत? शाकाहारी जेवण मिळते ना? कपडे किती घ्यावेत? कोणते घ्यावेत? थंडी असेल का? साकुरा पाहायला मिळेल का? माउंट फुजीला जाता येईल का? इत्यादी. जशी जमतील तशी मी त्यांना

उत्तरे दिली आणि त्यांचे शंका निरसन केले. काही गोष्टी मात्र जपानला गेल्यानंतरच त्यांना कळणार होत्या. त्यासाठी सगळेच उत्सुक झाले होते.

जे पूर्ण शाकाहारी होते त्यांच्यासाठी जिथे उपलब्ध असेल तिथे मी आणि नचिकेतने शाकाहारी रेस्टॉरंट शोधले होते. तरीही काही वेळेस लागलेच तर थोडे कोरडे पदार्थ बरोबर असावेत असे मी त्यांना सांगितले होते. मला जपानमध्ये बीफ सोडून सगळे खायची सवय आहे, पण प्रथमच जाणाऱ्यांना तिथल्या खाद्य संस्कृतीचा धक्का बसू शकतो. अगदी शाकाहारी जपानी पदार्थसुद्धा आवडतील असे नाही. त्यामुळे आमचा भर भारतीय रेस्टॉरंट्समध्ये नेण्यावर होता. खरेतर आपण जिथे जातो तिथल्या खाद्यसंस्कृतीचा अनुभव घ्यावा या मताची मी आहे. परंतु सगळ्यांना ते पटत नाही किंबहुना पोटाला चालत नाही. प्रवास केवळ दहा दिवसाचा होता त्यामुळे पोटाची काळजी घेणे ही गरजेचे होते. जपानी जेवण खरेतर पोटाला अतिशय हलके असते. जेवणात तेल मसाले जवळ जवळ नसतात. त्यामुळेच भारतीय जीभेला ते रुचत नाही.

मिनू काय किंवा नीलम काय ह्या माझ्या बरोबर मैत्रिणी म्हणून आल्या होत्या. त्यांना आवडेल अशा ठिकाणी मी नेले होते. लहानपणापासून एकत्र वाढलो, अभ्यास केला त्यामुळे आवडी-निवडी माहीत असल्याने मला कधी त्या दोघी जपानला असताना त्यांच्या जेवणाबद्दल ताण आला नाही. उलट दरवेळी आम्ही खूप मजा केली आणि भरपूर आस्वाद घेतला. परंतु या शैक्षणिक सहलीतील

१५ जणांना काय आवडते काय नाही याची मला अजिबात कल्पना नव्हती. जपानी जेवण बरेचदा थंड असते. जसं की ओनीगिरी, सुशी, ओबेंतो. तसेच आपल्यासारखी आमटी, भाजी नसते त्यामुळे ते कोरडे कोरडे खावे लागते. मला याबाबतीत थोडे टेन्शन आले होते. पूर्ण शाकाहारी, काही प्रमाणात मांसाहार चालणारे आणि पूर्ण मांसाहारी असे तीन गट आम्ही केले होते. तरीही शेवटी गोंधळ व्हायचा तो झालाच....

५३. ॲना

ॲनाची वेळ मुंबईहून संध्याकाळची होती आणि दुसऱ्या दिवशी सकाळी जपानच्या वेळेनुसार ८ वाजता नारिताला आम्ही पोहचणार होतो.

ॲनाचे वैशिष्ट्य म्हणजे बसायला ऐसपैस जागा आणि त्यांचे आदरतिथ्य. मला सगळ्यात आवडलेली गोष्ट म्हणजे समोर जो छोटा पडदा असतो ज्यावर आपण चित्रपट किंवा इतर गोष्टी पाहात असतो त्यावर प्रवाशांना सूचना देणारी फिल्म लावली होती. इतर विमानात मी पाहिले आहे की जेव्हा हवाई सुंदरी त्या सूचना देत असतात तेव्हा कोणाचेही लक्ष नसते. खरेतर, आपत्कालीन काळात काय काय आणि कसे करावे याबद्दल महत्त्वाच्या सूचना असतात. परंतु बरेच लोकं आपापसात बोलत असतात किंवा समोरील स्क्रीनवर काही पाहात असतात. ॲनामध्ये समोरील स्क्रीनवरच ती फिल्म दाखवत असल्यामुळे एकतर लोकांना समोर पाहण्याशिवाय काही गत्यंतर नव्हते आणि दुसरे म्हणजे त्यासाठी हवाई सुंदऱ्या व्यस्तही राहात नसल्यामुळे त्यांची कामे त्या करत होत्या. मला हा महत्त्वाचा मुद्दा वाटला. खाणे-पिणे भरपूर होते. सुरवातीला राईस क्रॅकर्स, हवा तो ज्यूस किंवा लिकर दिले गेले.   (मी टोमॅटो ज्यूस घेतला) विमानात फार असे खाल्ले जात नाही कारण सारखे बसून एकतर खावेसे वाटत नाही आणि बरेचदा भारतीय लोकांना शाकाहारी नावाखाली डाळ भात नाहीतर पनीर भाजी असते. मात्र

ऑनाच्या जेवणात छान सलाड, अननस, संत्र, पपई, कालिंगडाच्या थंडगार फोडी, बासमती भात, कुर्मा आणि दाल-माखनी असा मस्त बेत होता. जेवण उत्कृष्ट प्रतीचे होते आणि उतरण्याआधी फळे, दही आणि सँडविच दिले गेले. विमान फारसे भरले नव्हते. बऱ्याच लोकांच्या शेजारी प्रवासी नसल्यामुळे लोकांनी ट्रेनमध्ये स्लीपरमध्ये झोपावे तसे ताणून दिले.

सकाळी विमान उतरताना मला जपानची भूमी पाहायला फार आवडते. हिरवीगार आखीव रेखीव शेते, स्वच्छ परिसर, प्रदूषण विरहीत गावे दिसू लागतात. आवडत्या देशात काहीच दिवसात परत आले याचा आनंद त्याच बरोबर सहलीची जबाबदारी अशा संमिश्र भावना होत्या माझ्या मनात.

सर्व सोपस्कार झाल्यावर आम्ही बसने पहिल्या दिवशी फिरायचे ठरवले होते. त्यानुसार नारिता विमानतळावर आम्हाला न्यायला नचिकेत आला होता. तो आणि बस चालक आमची वाट पाहात होते. बसवर नचिकेत आणि बस चालकांनी मिळून लावलेला अदिती अॅकॅडमीचा बोर्ड पाहून खूप आनंद झाला. पूर्ण टोकियोभर अदिती अॅकॅडमीच्या नावाने ती बस फिरणार होती. स्वप्न पूर्ण व्हायला सुरवात तर छान झाली होती....

५४. नारिता सान

प्रवासाच्या कार्यक्रमात मी आणि नचिकेतने नारिता सान हे बुद्धाचे देऊळ पाहायचे ठरवले होते. त्याबद्दल सगळ्यांना आधी सांगितले नव्हते. काही जागा अचानक दाखवायच्या असे आमचे ठरले होते. काहीतरी सरप्राइज एलिमेंट असावे हा त्यापाठी उद्देश होता. नारिता विमानतळापासून अगदी जवळ असलेले हे बुद्धाचे देऊळ मीही पाहिले नव्हते.

नारिता सानला जाताना एका सुबक गावातून बस जात होती. वळणा-वळणावर फुलांचे वेल लगडलेले होते. ठेंगणी कौलारू घरे होती. शांत रस्ते होते. चिबा मधले खेडे म्हणावे तर प्रगत दिसत होते पण शहराची धावपळ कुठेही नव्हती.

बस पार्किंगपासून देवळापर्यंत चालायला १०-१५ मिनिटे लागणार होती. आम्ही सगळ्यांना एकूण ४० मिनिटांचा वेळ दिला होता. कुठलेही ठिकाण अगदी गडबडीत नाही पण अगदी रेंगाळत सुद्धा पाहू नये. जेव्हा कमी दिवस असतात तेव्हा वेळेचे नियोजन व्यवस्थित असायला हवे. १ तास तरी हवा असे काही सूर उमटले पण मी आणि नचिकेतने तिकडे दुर्लक्ष केले. आज बरीच ठिकाणे पाहायची होती.

नारिता सानचे 'शिनशोजी देऊळ' हे इ. स. ९४० मध्ये बांधले असून त्याची मुख्य देवता बुद्ध 'फुदो मायो' ही आहे. तीन मजली पॅगोडा,

दगडाचे दिवे, तळ्यामधली दगडाची कासवे, सुंदर कंदील, कंदिलाच्या तळाला असलेली अतिशय सुरेख कारागिरी आणि बुद्ध अनुयायींचे सुबक दगडी पुतळे ही इथली खास वैशिष्ट्ये आहेत. शिनशोजी पर्यंत जाण्याच्या रस्त्याला 'ओमोतेसानदो' हे नाव आहे. दुतर्फा असलेली रेस्टॉरंट्स, खाण्याचे अनेक पदार्थ विकणारी दुकाने, सोव्हीनिअर्स, पारंपरिक पदार्थ विकणारे, "इराश्शाइमासे" (दुकानात तुमचे स्वागत असो) असे बोलावणारे दुकानदार आणि शोभेच्या वस्तूंची दुकाने अशा पर्यटकांना आणि भक्तांना आकर्षित करणाऱ्या अनेक गोष्टींनी ओमोतेसानदो नटलेले आहे. सगळ्यांनी प्रथम देऊळ बघून मग हव्या असतील तर वस्तू खरेदी करा असे सांगितले. याचे कारण वस्तू खरेदीमध्ये वेळ जातो आणि बरेचदा काही खरेदी होत नाही. अगदी पहिलाच अनुभव असल्यामुळे सगळे जास्ती उत्सुक होते. परंतु नंतर अशी अनेक ठिकाणे बघणार होतो जिथे त्यांना खरेदी करायला वेळ मिळणार होता. त्यामुळे दुकानाकडे रेंगाळणाऱ्या लोकांना पुढे चला सांगत मी आणि नचिकेत देवळात पोहोचलो.

प्रथम दर्शनी प्रेमात पडावे असे देवळाचे प्रवेशद्वार होते. रंगीबेरंगी कापडाचे पडदे, द्वाराच्या वरच्या बाजूला लावले होते. आत शिरल्यावर प्रथम दिसले ते लाकडी खांब. एक एक खांब म्हणजे एक एक झाडाचे खोड होते. त्याच्या जमिनीपासून एक फुटापर्यंत ते सोन्याच्या कारागिरीने मढवले होते. खांब अगदी गुळगुळीत होते. स्पर्श करून पुढे निघाले. दोन्ही बाजूला दगडाचे दिवे होते.

देवळातील मला अतिशय आवडणारी ही कलाकृती मनाला फार भावते. मुलांना सांगितले की पूर्वीच्या काळी जेव्हा विजेचा शोध लागला नव्हता तेव्हा सायंकाळी यामध्ये तेलाचे दिवे लावले जायचे. अजूनही काही खेड्यात तेलाचे दिवे लावतात. आता शहरात बल्ब असतात. सायंकाळी फार सुरेख नजारा असतो.

पुढे गेलो तर तीव्र चढाच्या पायऱ्या होत्या. बऱ्यापैकी उंचावर देऊळ बांधले होते. तिथून सगळी हिरवाई दिसत होती. खाली उतरून आल्यावर उजवीकडे फुलांची बाग होती. पूर्व आणि पश्चिम संस्कृतीचा संगम त्या बागेत दिसत होता. फुलांची रचना, त्यांचे केलेले वाफे पाश्चात्य पद्धतीचे होते. बसपर्यंत पोहचायला अजून १० मिनिटे होती. सगळ्यांना बसकडे निघुया असे सांगून मी आणि नचिकेत बसपाशी पोहोचलो. बस चालक टोकियोचा रहिवासी होता. वयस्कर आजोबाच होते ते. पण त्यांचे बस चालवणे फार वाखाणण्याजोगे होते. पुढे दिवसभरात अनेक वेळा आम्हाला हा अनुभव आला. निष्णात होते आणि सफाईदारपणे बस चालवत होते. त्यांच्याशी थोड्या गप्पा होईपर्यंत सगळे आले आणि आम्ही पुढच्या प्रवासाला निघालो.

५५. ओदाइबाचा नजारा

दिवसभरात मग आम्ही टोकियो मारू नो उची स्टेशन, टोकियो टॉवर आणि आसाकुसा ही ठिकाणे सगळ्यांना दाखवली. प्रत्येक ठिकाण माझे आणि नचिकेतचे जवळ जवळ ४-५ वेळा पाहून झाले होते. विद्यार्थ्यांबरोबर राहून त्यांच्या उत्साहात सहभागी होत त्यांना माहिती सांगणे हा सहलीतील महत्त्वाचा भाग होता. सगळ्यात शेवटी ओदाइबा या ठिकाणी जायचे ठरले होते. माझ्या आत्तापर्यंतच्या जपान प्रवासामध्ये मी ओदाइबाबद्दल अनेक वेळा ऐकले होते आणि फोटोमध्ये पाहिलेही होते, परंतु जाण्याचा योग काही आला नव्हता. मी सुद्धा ओदाइबाला जायला सगळ्यांसारखीच उत्सुक होते.

ओदाइबा हे पूर्व-पश्चिम ३ कि.मी. आणि उत्तर-दक्षिण २ कि.मी. अशा क्षेत्रफळात बांधलेले मानव निर्मित बेट टोकियोमधील पर्यटकांचे मुख्य आकर्षण आहे ते तिथल्या रुचकर रेस्टॉरंट्स, सुरेख शॉपिंग मॉल्स आणि ‘टोकियो बे’च्या विहंगम दृश्यामुळे. ‘रेनबो ब्रिज’चा नजारा काही औरच आहे. टोकियो हे न्यूयॉर्क, मुंबई, शांघाय सारखेच लखलखते शहर आहे परंतु रंगांचा वापर तो सुद्धा अनेक प्रकारे या बाबतीत जपानचा हात कोणी धरू शकत नाही. रेनबो ब्रीजचे वैशिष्ट्य म्हणजे दिवसभर सूर्य किरणांच्या ऊर्जेने सोलर पॅनल मार्फत तयार झालेली वीज रात्री या ब्रीजवरील दिवे पेटवते. ह्या दिव्यांचा रंग क्रमाने बदलत असतो. सोमवार ते शुक्रवार वेगळा

क्रम असतो आणि शनिवार-रविवार वेगळा क्रम असतो. तसेच डिसेंबर आणि जानेवारीमध्ये इंद्रधनुष्याचे रंग दिसतात. त्यामुळे याला रेन बो ब्रीज हे नाव ठेवले आहे. ओदाइबाच्या डेकवरून दिसणारा झगमगणारा टोकियो टॉवर, ठिपक्या ठिपक्यांच्या रांगोळी सारखा दिसणारा रेन बो ब्रीज, समुद्रातील बोटी, आणि टोलेजंग इमारतीमधील लुकलुकणारे दिवे. सप्नवत होते सारेच. या रोमहर्षक वातावरणात सगळ्यांना स्वतःचे फोटो काढायचे भान होते हे नवल. ओदाइबा तर दिवाळी किंवा ख्रिसमस सारखे नटले होते. रात्रीच्या वातावरणात दिव्यांची आरास वेगळ्याच दुनियेत घेऊन जात होती. ॲनामधून उतरल्यापासून ते आत्तापर्यंत विश्रांती न घेता दिवसभर सतत प्रवास झाला होता, परंतु त्याचा शीण कुठेही जाणवत नव्हता. चालणे, चढणे-उतरणे भरपूर झाले होते, तरीही शेवटच्या ठिकाणापर्यंतचा सगळ्यांचा उत्साह एकसारखाच होता. कोणीही कंटाळलेले किंवा दमलेले दिसत नव्हते. आता काही मिनिटांनी आम्ही ऑलिम्पिक युथ हॉस्टेलला पोहोचणार होतो.

ओदाइबाचा अविस्मरणीय अनुभव घेऊन आणि चविष्ट जेवणाचा आस्वाद घेऊन सगळे निघालो. बस चालकानी आम्हाला ऑलिम्पिक युथ हॉस्टेलला सोडेपर्यंतचे रात्रीचे टोकियो दर्शन मनाला आणि डोळ्यांना सुखावून जात होते. कुठलीही राजधानी ही दिमाखदारच असते. टोकियो त्याला अपवाद नाही. टोकियोचे रस्ते म्हणजे भूलभुलैया आहेत, पण आम्हाला त्याची चिंता करायची गरज

नव्हती. ऑलिम्पिक युथ हॉस्टेल कसे असेल या विचारात असतानाच आमचे उतरायचे ठिकाण आले....

५६. नॅशनल ऑलिम्पिक युथ सेंटर

आम्ही सहलीला जाण्याआधी नचिकेतने अदिती अॅकेडमीच्या नावाने अर्ज करून शिबुया (योयोगी) येथील नॅशनल ऑलिम्पिक युथ सेंटर येथे आमच्या राहण्याचे बुकिंग केले होते. अदिती अॅकेडमीची सगळी माहिती आणि सहलीचे प्रयोजन इत्यादींची माहिती आम्हाला त्यांना पाठवायची होती. सगळ्या कागदपत्रांवर माझ्या सह्या आणि शिक्का लागणार होता. जपानला जाण्याआधी मेल करून पाठवले असले तरी आता मात्र तिथे जाऊन मला प्रत्यक्ष सही शिक्का द्यायचा होता.

ओदाइबावरून आम्ही ऑलिम्पिक युथ सेंटरला पोहोचल्यावर सगळ्यांना त्यांच्या त्यांच्या खोल्यांच्या चाव्या देऊन मी आणि नचिकेत दुसऱ्या दिवशी कुठे कुठे जायचे याचे नियोजन, तसेच कागदपत्रे झेरॉक्स करून त्यावर सह्या करून ऑफिस मधल्या लोकांना नेऊन द्यायचे, इत्यादी कामांसाठी भेटलो.

एका गोष्टीचे मला जपानमध्ये नेहमी कौतुक वाटते ते म्हणजे जिथे कुठे कागदपत्रे लागणार असतात तिथे कायम फोटोकॉपी मशीन असतेच. ऑफिसेस, कन्व्हिनिएन्ट स्टोअर्स, वाचानालये इथे फोटोकॉपी मशीन असते आणि तुम्ही स्वतः प्रिंट किंवा झेरॉक्स काढू शकता. तसेच इथेही होते. आम्हाला पेन ड्राईव्ह मधून काही कागदपत्रे प्रिंट करून घ्यायची होती. रात्री १२ पर्यंत ऑफिस उघडे असणार होते. मी आणि नचिकेतने जाऊन प्रिंट काढायचे ठरवले.

आमच्या राहण्याच्या ठिकाणापासून ऑफिस १५ मिनिटांवर होते. ऑफिसमध्ये पोहोचल्यावर नचिकेत पेन ड्राईव्ह विसरल्याचे लक्षात आले. परत खोलीवर परतून आम्ही जसे काही रात्रीचा वॉक घ्यायलाच जातोय असे दिवसभराच्या प्रवासानंतर ऑफिसकडे चालत होतो. प्रिंट काढून त्यावर सह्या करून ऑफिसमध्ये दिल्या. तिथल्या प्रमुख माणसांशी नचिकेतने माझी ओळख करून दिली. आम्हाला ऑलिम्पिक युथ सेंटरमध्ये भविष्यात राहण्यासाठी कायमचा एक क्रमांक मिळाला होता. यापुढे कधी टोकियोमध्ये राहायचे तर त्या क्रमांकावरून आम्ही राहाण्यासाठी खोल्या रिझर्व्ह करू शकणार होतो. माफक दरात अत्यंत चांगली सोय झाली होती. नचिकेतचे यात मोठे सहकार्य होते.

परिसर विस्तीर्ण असल्याचे रात्री लक्षात येत होते. बऱ्याच इमारती वेगवेगळ्या कारणांसाठी बांधल्या होत्या. मुख्यतः खेळाडू आणि संघांच्या सरावासाठी हे केंद्र होते. कॅन्टीन असल्यामुळे सकाळचा नाश्ता करण्याची सोय होती. खोलीमध्ये लागणाऱ्या सगळ्या सोयी होत्या. आम्हाला केवळ २ रात्री राहायचे होते. टोकियोच्या मध्यवर्ती असलेले राहण्याचे हे ठिकाण मला आवडले. सकाळी नीट पाहायला मिळणार होते. नचिकेत आणि मला चालायला जायला आवडते. नचिकेत धावायला ही जातो. ज्यांना सकाळी आमच्या सोबत चालायला यायचे आहे त्यांनी ६ वाजता लॉबीमध्ये भेटा असे सांगून आम्ही सगळ्यांचा निरोप घेतला. युथ सेंटरच्या समोर मेइजी जिंगुचे

द्वार होते. तिथून योयोगी पार्कला जायचा रस्ता होता. आम्ही सकाळी तिथेच चालायला जायचे ठरवले.

५७. योयोगि पार्क आणि राजिओ ताइसो

पुण्यातच नव्हे तर जपानमध्ये ही मला सकाळी ५ वाजता उठायची सवय आहे. जपानमध्ये कुठेही असले तरी सकाळी चालायला जायला मला फार आवडते. सकाळची शांतता, पक्षांचा किलबिलाट, झाडांच्या पानांची सळसळ त्या त्या ऋतूंमधला फुलांचा सुवास, स्वच्छ हवा आणि थंडीत हवा हवासा वाटणारा सूर्यप्रकाश हे सगळं अनुभवायचे तर लवकर उठून बाहेर पडायला हवे. सगळ्यांचा थकवा गेला नव्हता, त्यामुळे जेमतेम ५-६ जणं आमच्या सोबत चालायला येण्यासाठी लॉबीमध्ये आले होते. युथ सेंटरमधून बाहेर पडून योयोगी पार्कला जायला साधारण १० मिनिटे लागली.

पार्कमध्ये पोहोचताच सर्वप्रथम दिसले ते विस्तीर्ण हिरवेगार मैदान. अतिशय स्वच्छ रस्ते आणि स्वच्छ मैदान. पानगळ झालेली पानेसुद्धा दिसत नव्हती. मनात आले की हे रस्ते आणि बाग कधी साफ करत असावेत? आत्ता तर फक्त सकाळचे ६:१५ वाजले होते. काल रात्री पाऊस पडून गेला होता त्यामुळे सगळी झाडे टवटवीत दिसत होती. गुलाबी थंडी होती आणि समोर राजिओ ताइसो (रेडिओवर संगीत लावून त्यावर व्यायाम करणे) सुरू झाले होते. माझ्या आधीच्या पुस्तकात मी याबद्दल लिहिले आहे. २००८ नंतर इतक्या वर्षांनी मी राजिओ ताइसो बघत होते. आम्ही त्यात सहभाग घेतला. मन आणि शरीर ताजेतवाने करणारा परिसर आणि अगदी साधा सगळ्यांना जमेल असा व्यायाम. तिथे आलेले ८०-८५ वर्षांचे

आजी आणि आजोबा त्या व्यायामात भाग घेत होते. मी काही वेळाने शूज काढून गवतावरील दवबिंदूंवरून चालले. तिथे सूचीपर्णी वृक्ष होते. त्या हिरव्यागार वृक्षांना आकार दिले होते. दूरवर नजर जाईल तिथे मैदान होते. कोवळ्या गवताने आच्छादले होते. तिथून निघायचे मन काही होईना पण नाश्ता करून आज टोकियो सफरीला जायचे होते. त्यात मुख्यतः शिंजुकुची मेट्रोपॉलिटन इमारत (तोचो) आणि पार्लमेंट भेट ही आकर्षणे होती.

आम्ही युथ सेंटरवर परतून सगळे आवरून नाश्ता करायला कॅन्टीनकडे निघालो. या युथ सेंटरमध्ये एका वेळीस ५०० लोकांना राहायची सोय आहे. त्यानुसार कॅन्टीन सुद्धा प्रशस्त होते. मला जपान फाऊंडेशनच्या शोकुदो (कॅन्टीन)ची आठवण आली.

इथली व्यवस्था सुद्धा थोडीफार जपान फाऊंडेशन सारखीच होती. काऊंटरच्या आतल्या बाजूस उभे असलेले कर्मचारी आम्ही नाश्त्यासाठी दिलेले कूपन ट्रेमधे ठेवल्यानंतर आम्हाला नाश्त्याचे ताट देत होते. त्यात शाकाहारी मुलांना वेगळे पदार्थ दिले गेले. पुढे आत गेल्यावर भरपूर सॅलडच्या भाज्या, फळे, उकडलेले वेगवेगळे बीन्स, भात, मिसो सुप, फळांचे रस, कॉफी, दूध, कॉर्न फ्लेक्स, जॅम जेली, छोटे गोल पाव, बटर असे विविध अमर्यादित पदार्थ होते. बाजूला काटे, चमचे, चॉपटिक्स हे ठेवले होते. सुप, फळांचे रस, कॉफी हे सगळे मशीन मधून घेता येत होते. जपानी नाश्ता कधीही तेलकट, तिखट, जळजळीत नसतो. हलका आहार असतो. भरपूर भाज्या आणि फळे असतात. शाकाहारी लोकांचे जेवणाचे हाल होऊ

नयेत अशी माझी आणि नचिकेतची इच्छा होती. आपले नाश्त्याचे प्रकार म्हणजे पोहे, उपमा, इडली, डोसा, इत्यादी. ह्याची सवय असलेल्यांना कदाचित जपानी नाष्टा जिभेला रुचणार नव्हता. मी या गोष्टीकडे दुर्लक्ष करायचे ठरवले. १० दिवसासाठी जिभेचे लाड थोडे बाजूस ठेवले तर चालतात या मताची मी आहे. पर्यटनाला गेल्यावर त्या त्या देशाची खाद्य संस्कृती अनुभवावी असेही मला वाटते.

आज सगळ्यांना टोकियोचा एक दिवसाचा मेट्रोचा पास काढून दिला होता. आधी शिंजुकूला जायचे होते आणि त्यानंतर दुपारी २ वाजता पार्लमेंट भेट होती.

शिंजुकू माझे आवडते ठिकाण आहे. कितीही वेळा गेले तरी मला ते आवडते. तोचोला यावेळी चौथ्यांदा जाणार होते, तरी माझा उत्साह पहिल्यांदा २००८ मध्ये आले होते तेवढाच होता.

५८. शिंजुकु आणि तोचो

शिंजुकु मला फार आवडते. टोकियोमधले अगदी मध्यवर्ती ठिकाण आहे आणि दुपारी गेले असता अगदी शांतता असते. आपला मुंबईचा फोर्ट परिसर डोळ्यापुढे आणा. शिंजुकु अगदी तसेच आहे. वाणिज्य आणि प्रशासकीय कार्यालयांचे ठिकाण आहे. येथील मुख्य इमारत आहे तोचो. ह्या टोकियो मेट्रोपॉलिटन इमारती बद्दल मी माझ्या आधीच्या पुस्तकात लिहिले आहेच. या व्यतिरिक्त इतर अनेक सुरेख इमारती आणि कार्यालयांनीही नटले आहे. तरुणाईला आकर्षित करतील अशी खरेदीची ठिकाणे, कॅफेटेरियाज आणि रेस्टॉरंट्स असलेले हे सुसज्य ठिकाण आहे.

'तोचो'च्या ४५ व्या मजल्यावर सगळे खरेदीसाठी व्यस्त झाले आणि मी तिथल्या कॅफेटेरियामध्ये विसावले. सहज लक्ष गेले तर स्ट्रॉबेरीचे सिल्क आईसक्रीम होते आणि नाव होते सुजाता सिल्क आईसक्रीम! सुजाता नावाची क्रीमची कंपनी जपानमध्ये आहे. त्याच कंपनीचे हे आईसक्रीम होते. काऊंटरवरच्या मुलाला एक स्कूप सांगितल्यानंतर माझी अपेक्षा होती की कोनमध्ये किंवा कागदाच्या कपात देईल. परंतु एका सुरेख ल्याकरच्या (लाखेच्या) चौरस बॉक्समधे त्याने दिलेले ते साकुराच्या रंगाचे आईसक्रीम बघतच राहिले मी. किती साध्या गोष्टीत रंगांचा आणि ऋतुचा विचार केला होता! साकुराचा ऋतू संपतच आला होता, परंतु साकुराची आठवण मनात असावी यासाठी पदार्थ, पेये, आणि वस्तूंमधून साकुराचे रंग,

आकार अजूनही जिथे तिथे दिसत होते. आता वर्षभर साकुराची प्रतिक्षा करायला लागणार होती. त्याच्या आठवणीने व्याकूळ होणे हा जपानी माणसाचा स्वभाव आहे. आपण नाही का दिवाळी संपली की आठवणी काढत काढत उरलेल्या चकल्या आणि शंकरपाळे खातो? तसेच काहीसे हे होते. ते आईसक्रीम संपू नये असे वाटत होते, परंतु चांगल्या गोष्टी नेहमीच कमी काळ राहतात. तो बॉक्स परत करायला मी उठले इतक्यात पियानोचे स्वर कानावर आले. पाहते तर तिथे एक पियानिस्ट सराईतपणे पियानो वाजवत होता. काळे ठिपके असलेला तो पिवळ्या रंगाचा पियानो आणि तो वाजवणारा कलाकार.

तिथे तो पियानो ठेवलेला होता. ज्याला हवे त्याने तो वाजवायचा होता. कोणताही कार्यक्रम किंवा तिकीट असे काहीच नव्हते. यात दोन हेतू साध्य होत होते. पियानो ज्याला हवा त्याने वाजवावा आणि ज्याला ऐकायचा आहे त्याने ऐकावा. दोन्हीला पैसे लागत नव्हते. केवळ मनाचे समाधान मिळत होते. हे दोन्ही हेतू साध्य व्हावेत यासाठी कुठलीही आर्थिक अपेक्षा न करता सार्वजनिक ठिकाणी पियानो ठेवणाऱ्या त्या व्यवस्थापनाचे मला कौतुकही वाटले आणि आदरही वाटला. एका छोट्या कृतीने आलेल्या पाहुण्यांना आनंद मिळावा हा त्यापाठी उद्देश होता. आपल्याकडे काही रेस्टॉरंट्स किंवा मॉल्सच्या बाहेर विनामूल्य मेंदी काढून देणारे बसतात. त्याची मला आठवण झाली. मी मात्र त्या मेंदी काढणाऱ्या मुलाला नेहमी पैसे देते. जपानमध्ये टीप हा अपमान समजला

जातो. त्या कलाकाराचे फक्त टाळ्या वाजवून कौतुक करणे इतकेच त्याचे आभार मानण्यासाठी शक्य होते.

तिथून मग आम्ही 'कोको इचीबान' नावाच्या करी राईसच्या रेस्टॉरंटमध्ये गेलो. इथे शाकाहारी लोकांना शाकाहारी करी मिळणार होती. बाहेर बरीच मोठी रांग होती. ऑफिसची, दुपारच्या जेवणाची वेळ झाली होती, त्यामुळे साहजिक रांग असणार होती. जपानमध्ये विशेष म्हणजे ज्याचा क्रमांक आधी त्याला प्राधान्य दिले जाते. आतमध्ये एक-एकट्या खुर्च्या होत्या, ज्यावर एकटा माणूस बसून खाऊ शकणार होता. शिवाय ४ जणांची टेबलही होती. आम्ही गटा-गटाने आत जात होतो. त्यामुळे जेव्हा ४ जणांचे टेबल रिकामे होणार होते तेव्हाच आम्हाला आत जायला मिळणार होते. आमच्या मागे एक-एकटे दोघेजण उभे होते. खरेतर आतमध्ये एव्हाना एक खुर्ची रिकामी झाली होती. परंतु नियमानुसार आम्ही आत गेल्याशिवाय आमच्या पाठील माणूस आमच्या आधी जाऊ शकत नव्हता. तो पेहरावावरून कार्यालयात काम करणारा दिसत होता. आम्ही थोडे अस्वस्थ झालो व त्याला दोउझो (तुम्ही पुढे व्हा) असे सांगितले. परंतु त्याने आम्हाला धन्यवाद आणि सॉरी असे दोन्ही जपानीमध्ये म्हणून तो शांत उभा राहिला. आमचा नंबर आमच्यासाठी नाही तरी त्याला आत जायला मिळावे म्हणून तरी लवकर यावा असे मला वाटत होते. दुपारच्या जेवणाची वेळ ठराविक असते आणि त्यात त्याचे जेवण होणे गरजेचे असणार होते. आमचा

क्रमांक आला आणि आमच्या बरोबरच आतल्या कर्मचाऱ्याने आमच्या पाठच्या माणसालाही लगेच बोलावले. मला हुश्श झाले.

जेवण अप्रतिम होते. यानंतर पार्लमेंट भेट होती. उत्सुकता आणि पार्लमेंट पाहायची ओढ दोन्ही भावना मनात होत्या. आम्ही चालायला सुरवात केली.

५९. शिंजुकु NS इमारत

शिंजुकुमध्ये गगनचुंबी इमारती आहेत आणि त्या वेगवेगळ्या कारणाने प्रसिद्ध आहेत. वाटेमध्ये आम्हाला 'शिंजुकु NS इमारत' दिसली. ही इमारत ३० मजली उंच असून जमिनीखाली ३ मजले आहेत. निहोन सेइमेइ आणि सुमीतोमो कन्स्ट्रक्शन यांच्या आद्याक्षराने NS हे नाव दिले गेले आहे आणि ती १९८२ मध्ये बांधून पूर्ण झाली. १९८४ मध्ये The return of Godzilla या चित्रपटात तिचे चित्रीकरण दाखवले आहे. आत शिरलो तर समोर प्रचंड मोठे पाण्यावर चालणारे पेंड्युलमचे घड्याळ दिसले. त्याला 'युक्कु रिझु' म्हणजेच जपानी भाषेतील युक्कुरी (सावकाश) रिझु (रिदम /ताल) असे नाव दिले आहे. ९० फूट उंच आणि ७२ फूट रुंदीचे हे जगातील सगळ्यात मोठे घड्याळ सेइको कंपनीने बनवले आहे. त्याच्या पेंड्यूलमला (लोलकाला) एक झोका घ्यायला ३० सेकंद लागतात आणि एक हात पूर्ण वर्तुळ फिरायला २४ तास लागतात. घड्याळावर ६, १२, १८, २४ असे आकडे असून चिनी राशींचे १२ प्राणीही आहेत. ते घड्याळ पाहून डोळ्याचे पारणे फिटले आणि अक्षरशः अवाक होऊन आम्ही ते पाण्याच्या मोटेवर कसे चालते हे कितीतरी वेळ पाहत होतो.

त्या इमारतीमध्ये अनेक कार्यालये आहेत. ती दुपारची शांत वेळ होती. संध्याकाळी मात्र नक्कीच वर्दळ असणार. मधल्या चौकात उभे राहिले की थेट ३०व्या मजल्यापर्यंत नजर जात होती.

सगळ्यांनी तिथे फोटो, व्हिडिओ काढले. मी सुद्धा आठवणीसाठी माझा फोटो काढून घेतला. खरेतर अशा प्रचंड घड्याळ्यापुढे आपण अगदीच नगण्य दिसत असतो. परंतु जगातले मोठे घड्याळ पाहिल्याचे समाधान होते. तिथून मग आम्ही पार्लमेंटकडे जायला निघालो.

६०. पार्लमेंट भेट

टोकियोमधे सामान्य माणूस पार्लमेंटला बघण्यासाठी वेळ कळवून भेट देऊ शकतो. तेथील काम कसे चालते ते बघायला मुख्यतः शाळा आणि कॉलेज मधली मुले आली होती. आम्हाला भेटायची वेळ दुपारी २ची मिळाली होती. रांगेमधून जाताना सुरक्षा चाचणीमध्ये आम्हाला पिण्याच्या बाटलीतील पाणी पिऊन दाखवावे लागले. बाकी इतर नियम होतेच. एक प्रकार मला आवडला तो म्हणजे आत शिरल्यानंतर कोणते फोटो काढावे आणि कोणते काढू नये हे तिथे सांगितले गेले. इतकेच नव्हे तर आम्हाला जी माहिती पत्रके दिली त्यामध्ये फोटो सकट ज्या जागांचे फोटो काढू शकता आणि ज्या जागांचे काढू शकत नाही ते विश्लेषण करून लिहिले होते. एका शाळेची मुले, एका कॉलेजचे विद्यार्थी-विद्यार्थिनी आणि आम्ही असा २ वाजताच्या भेटीसाठी बऱ्यापैकी मोठा जमाव होता.

एका मोठ्या हॉलमध्ये आम्हाला बसवण्यात आले. त्यावेळेस २ला ५ मिनिटे होती. संपूर्ण भेट साधारण २० मिनिटांची होती. त्यामध्ये प्रमुख हॉल, पंतप्रधान आणि इतर सरकारी कर्मचारी बसतात आणि कामकाज चालते ती जागा, जपानचे एम्परर (राजा) यांची खोली हे सर्व बघता आले. इमारत ६ मजली असून पूर्ण पायऱ्या चढून जाव्या लागतात. पायऱ्या दगडी आहेत आणि चढताना २-२ चा गट करून चढायचे होते. जपानी मुले पटापटा पायऱ्या चढत होती. आम्हाला

तो वेग काही जमत नव्हता. दमछाक होत होतीच शिवाय इतकी चढायची सवय नाही हे पण दिसून येत होते.

इमारतीचे बांधकाम १९२०च्या जानेवारी मध्ये सुरू झाले आणि १९३६च्या नोव्हेंबर मध्ये पूर्ण झाले. आतमधील बांधकाम आणि कारागिरी सुरेख आहे. जपानचे चार ऋतू दाखवणारी सुरेख पेंटिंग्ज होती, सर्व दालने सुरेख होती. पूर्ण फिरून बाहेर आल्यावर आम्ही मुख्य इमारती समोर एक छान ग्रुप फोटो काढला.

दुपारच्या जेवणानंतर सगळ्यांना आम्ही आकिहाबाराला घेऊन गेलो. बाकीच्या ठिकाणांमध्ये मुख्यतः क्योतो, ओसाका आणि हिरोशिमा हे ठरवले होते, त्यानुसार छान पार पडले.

शैक्षणिक सहलीचा शेवटचा, ओसाका मधील दिवस सांस्कृतिक दिवस होता.

६१. सांस्कृतिक दिवस

ओसाका येथील आंतरराष्ट्रीय कला विभाग येथे आम्ही सांस्कृतिक दिवस साजरा करायचे ठरवले. नचिकेतने तो हॉल आधी परवानगी घेऊन निश्चित केला होता. सकाळी ९ ते संध्याकाळी ५ पर्यंत आम्हाला तो उपलब्ध असणार होता.

आम्ही पूर्ण दिवसभरात वेगवेगळ्या जपानी संस्कृतीच्या गोष्टी करायचे ठरवले. त्यानुसार मुख्यत्वे ओरिगामी, इकेबाना, जपानी टी सेरीमनी, किमोनो नेसणे आणि जपानी लोकांसोबत गप्पा-टप्पा असा हा भरगच्च कार्यक्रम होता.

दोन गटांमध्ये विद्यार्थ्यांना विभागून हे सगळे कार्यक्रम आखले. आमच्या सोबत जपानी मुली आणि मुले वॉलेन्टिअर्स म्हणून आम्हाला मदत करायला होती. त्यात फुलांचे-डहाळ्यांचे गुच्छ करणे, किमोनो नेसायला मदत करणे, खाण्याचे पदार्थ वाढणे, इत्यादी बरीच कामे होती.

अतिशय उत्तम पद्धतीने सांकृतिक कार्यक्रम झाला. त्यात अजून एक अनपेक्षित कार्यक्रम झाला. तो म्हणजे 'राकुगो'. राकुगो म्हणजे एक माणूस मंचावर बसून त्या त्या वेळेचे सामाजिक, सांस्कृतिक किंवा अगदी सरकारी विषयांवर विनोद करतो. आपल्याकडे जसे पु. ल. देशपांडे एकपात्री प्रयोग करायचे तसेच काहीसे परंतु फरक इतकाच की बसून करतात आणि त्यांचे हावभाव समजून घ्यावे

लागतात. जसे की वस्तू हातात नसताना त्याची कृती करणे. अगदी सोपे सांगायचे झाले तर सिगारेट ओढणे; सिगारेट नसताना हुबेहूब त्याची नक्कल करणे; किंवा 'मांजू' (एक मोदकासारखा पदार्थ) खाताना होणाऱ्या गालांच्या किंवा दातांच्या हालचाली; नवरस चेहेऱ्यावर दाखवणे अशा अनेक गोष्टींचा राकुगो हा खजिना असतो. भाषा समजली नाही तर त्याचा आपण आनंद घेऊ शकत नाही. पण ओसाकाचे राकुगोचे जे कलाकार होते त्यांना माहीत होते की सगळ्यांना जपानी भाषेतील विनोद कळणार नाहीत म्हणून त्यांनी आमच्यासाठी इंग्रजीमध्ये राकुगो सादर केले. वज्रासनात 'झाबुतोन'वर (जपानी माणसे वज्रासनात बसताना जी उशी वापरतात त्याला झाबुतोन म्हणतात) बसून ह्या हालचाली करणे जितके सोपे दिसते तेवढेच ते कठीण असते. अतिशय मुरलेल्या त्या कलाकाराने आमचे खूप मनोरंजन तर केलेच शिवाय एका विद्यार्थ्याला मंचावर बोलावून थोडे शिकवले ही.

त्यानंतर तर आम्हाला सगळ्यांना आश्चर्यचकित करणारा कार्यक्रम झाला. तो म्हणजे क्योतोहून आलेल्या एका पति-पत्नी आजी-आजोबांनी एक बांबूचा पंखा घेऊन एक पारंपरिक लोकनृत्य सादर केले. ते नृत्य सादर करताना त्यांची लवचिकता, त्यांचा सहजपणा आणि कौशल्य हे तरुण नृत्य कलाकारांना लाजवेल असे होते. त्या दोघांची वये ७८ आणि ८२ अशी होती. त्यांच्याशी आम्ही बोललो तेव्हा ते म्हणाले की आता याकाळात कोणी ही लोककला सादर करत नाही म्हणून आम्ही त्याचे क्लास घेतो आणि आमचे

विद्यार्थी हे साधारण ५० वयाच्या वरचे असतात. मला हे ऐकून एकीकडे आनंद झाला तर दुसरीकडे वाईट ही वाटले. जपानमध्ये तरुण वर्गाची संख्या कमी आहेच, शिवाय त्यांचा लोककलेपासून असलेला दुरावा पाहून माझ्या डोळ्यात तेव्हा पाणी आले. आता या लोककला ही हळू हळू लोप पावू लागल्या आहेत.

सगळ्यात शेवटी सहलीतील काही विद्यार्थ्यांनी सहली बद्दलचे त्यांचे अनुभव जपानी भाषेत कथन केले. फार छान झाली सगळ्यांची भाषणे. मी आणि नचिकेतने मग सगळ्या शिक्षकांचे, मदतनिसांचे आणि कलाकारांचे आभार मानले. त्यांना भारतीय संस्कृतीची स्मृतिचिन्हे दिली आणि कार्यक्रमाची सांगता झाली. उद्या आम्हाला टोकियोला परत जायचे होते.

रात्री मी आणि हिरोयुकी सेनसेइ जेवायला गेलो आणि मी त्यांना पुण्याला यायचा आग्रह केला. आता जर दुसरी शैक्षणिक सहल होणार असेल तर ती मी शरद ऋतू म्हणजे ऑक्टोबर मध्ये करायची ठरवली होती. त्याबद्दल मला सेनसेइंकडून काही सल्ला हवा होता. त्यासाठी आम्ही जेवायला बाहेर गेलो होतो. सेनसेइंचा निरोप घेऊन मी हॉटेलवर परतले तर अंगात जरा कणकण होती. उद्या टोकियोचा प्रवास होता म्हणून लवकर झोपी गेले.

६२. सहलीचा शेवटचा दिवस

टोकियोला पोहोचल्यानंतर 'आपा' हॉटेलमध्ये चेक इन केले. मी खरेतर सगळ्यांना नारिता विमानतळावर सोडायला जाणार होते, परंतु मला ताप होता आणि नचिकेत तसाही सगळ्यांसोबत मुंबईला जाणार होता त्यामुळे माझा विमानतळावर जायचा बेत मी रद्द केला. मी सुरवातीला ठरल्यानुसार ऑलिम्पिक सेंटरमध्ये राहणार होते, पण ऐश्वर्या जी नचिकेतच्या पाठीमागे राहते तिने मला सांगितले की माझ्याकडे राहायला या. सोबत होईल काही दिवस आणि सुट्टी असेल तेव्हा एकत्र बाहेर जाऊ. त्यामुळे मी म्योउदेनला जायचे ठरवले. नचिकेतचे म्योउदेनला काम होते त्यामुळे तो मला सोडायला आला. निघताना, सगळ्यांचा निरोप घेताना, मला थोडे भरून आले. ९ दिवस आम्ही एकत्र होतो. आता एकदम एकटेपणा आला असे वाटत होते. जसे नीलम फेब्रुवारीमध्ये भारतात परत गेली तेव्हा मला वाटले होते.

ऐश्वर्याने बोलावले त्याबद्दल मला एकीकडे बरे वाटत होते तर दुसरीकडे तिच्या व्यस्त दिनक्रमामध्ये अडचण तर होणार नाही ना असेही वाटत होते. तिच्यासाठी ब्रेकफास्ट, जेवण बनवायचे असे मनाशी ठरवले आणि मी म्योउदेनला रवाना झाले.

रात्री नचिकेत, त्याचा दादा अनिकेत आणि मी जेवायला एका भारतीय रेस्टॉरंट मध्ये गेलो. अतिशय चविष्ट जेवण होते. मला ऐश्वर्याच्या घरापर्यंत सोडायला अनिकेत आला. मला मिळणारे

आदरातिथ्य पाहून मला खूप भरून येत होते. या सगळ्यांचा असा काय माझ्याशी संबंध होता? नचिकेत माझा विद्यार्थी आहे परंतु त्याचा दादा अनिकेत तर नाही. हल्ली कोण कोणासाठी आपला वेळ देतो? परंतु जपानमध्ये मला नेहमीच चांगले लोकं भेटले आहेत, मग ते जपानी असोत की भारतीय. मी ऐश्वर्याच्या घरी गेले. ताप न येण्यासाठी औषध घेतले. रात्री अजूनही थंडी होतीच. आजचा दिवस मानसिक आणि शारीरिक दृष्टीने थकवा आणणारा होता. ओसाकाहून सकाळी टोकियोला येऊन तिथून परत म्योउदेन असा बराच प्रवास झाला होता. सहल कोणतीही अडचण न येता नीट पार पडली याचे समाधान होते.

उद्या कुठेही न जाता घरीच आराम करावा असे ठरवले.

६३. इझु बेट

मी ऐश्वर्याकडे म्योउदेन राहायला गेले. टोकियोमध्ये कुठे जायचे ते ऐश्वर्या बरोबर ठरवायचे होते. तिला 'गोल्डन वीक'ची सुट्टी होती. त्यावेळेस तिचे शेजारी श्री. आणि श्रीमती मेहता, त्यांची २ वर्षांची मुलगी आणि आम्ही दोघी असे 'इझु' बेटावर जायचे ठरवले. ऐश्वर्याने सांगितले की मोटार भाड्याने घेऊन पेट्रोलचा खर्च वाटून घ्यायचा. असे ते नेहमी करतात. मला ती कल्पना आवडली. कार चालवायचे काम श्री. मेहता करणार होते.

इझु बेट हे मुख्यतः ७ छोट्या बेटांनी बनले आहे. नैसर्गिक सौंदर्य आणि निळ्याशार समुद्राने वेढलेली ही बेटे पर्यटकांची विशेष आकर्षण स्थळे बनली आहेत ती तिथल्या रेस्टॉरंट्स, कॅफेटरिया, माउंट फुजीचा नजरा, मजेची मासेमारी या सगळ्या कारणांमुळे.

टोकियोमधून सकाळी लवकरात लवकर बाहेर पडलो नाही तर ट्रॅफिकमध्ये अडकून उशीर होण्याची शक्यता होती म्हणून आम्ही सकाळी लवकर निघायचे ठरवले.

टोकियो सोडून आम्ही बाहेर पडलो आणि काय सांगावे.... इतका सुरेख नजारा! प्रत्येक वळणावर फुजी दिसत होता. त्याचे ते मनमोहक दर्शन सतत होत होते. वळणावर मधेच दिसेनासा होई, परत एखाद्या वळणावर अगदी समोर दर्शन देई. ह्यात महत्त्वाचे मला वाटले ते हे की कुठेही उंच इमारती नव्हत्या. त्यामुळे त्याचे

दर्शन अगदी सहज होत होते. साधारण एक-दीड तासाने आम्ही इझु बेटांच्या गावात शिरलो.

गावात शिरत असताना जाणवले की एका बाजूला डोंगर होते आणि दुसऱ्या बाजूला समुद्र होता. दोन्हीच्या मध्ये ही गावे वसली होती. गावात अगदी छोटी घरे होती. जवळ जवळ सगळ्या घरांसमोर मासे वाळत घातले होते किंवा छोट्या होड्या दिसत होत्या, म्हणजे ही कोळ्यांची घरे असावीत. इतकी स्वच्छ आणि सुरेख गावे होती की उतरून फेरफटका मारावा असं वाटत होते. परंतु वेळ गेला असता त्यामुळे मी काही इच्छा व्यक्त केली नाही.

काही वेळाने आम्ही एका गावात उतरलो. तिथे काही थोडे खावे असे ठरवले. ते दुकान गायीच्या दुधापासून बनवलेल्या पदार्थांचे होते. बाहेर बाक मांडले होते. छत्र्या होत्या. जिथे बसून थंड वारा आणि ऊन दोन्हीचा भरपूर आनंद घेता येत होता. आम्ही केक आणि कॉफी घेतली. तिथून उठावेसे वाटत नव्हते. जिथे जायचे ते ठिकाण मात्र काही मिनिटांवर होते.

साधारण १५/२० मिनिटांनी आम्ही पहिल्या बेटावर पोहोचलो. तिथे जेटी होती. सुरेख सुरेख बोटी पाण्यावर आणि वाऱ्यावर डोलत होत्या.

समोर अथांग चहुकडे पसरलेला निळाभोर समुद्र.... त्यात अधून मधून दिसणारी जहाजे. एका बाजूला डोंगर. त्याच्या पायथ्याशी वसलेली घरे. किती दिवसांनी असा समुद्र दिसला होता. अगदी

सिनेमामध्ये असतो तसा. मन वाऱ्यावर पाखरू झालं आणि सगळा परिसर फिरून आलं. तिथे कडक ऊन होते परंतु समुद्राचा वारा आणि थंडी यामुळे ते अजिबात जाणवत नव्हते. आम्ही मनसोक्त भटकलो.

काही जपानी लोकं आपल्या कुटुंबासोबत आली होती. ती मुलांना मासे कसे पकडायचे ते शिकवत होती. तिथे आलेल्या जवळ जवळ सगळ्यांकडे मासे पकडायचे सामान होते. छोटी मुले अगदी आनंदाने छोटे-छोटे मासे पकडून छोट्या डब्यामधल्या पाण्यात ठेवत होती. मासे पकडताना जी एकाग्रता लागते किंवा मासा गळाला लागला की तो पटकन काढायचे कसब लागते ते इतक्या लहानपणीच ती मुले शिकत होती. जपानी माणसाचा मासे पकडणे हा एक छंद आहे. साहजिक आहे. इतका मोठा समुद्र त्यांना मिळाला आहे. त्या समुद्राची स्वच्छता ठेवली जाते, पाण्याची काळजी घेतली जाते. कुठेही पाणी अस्वच्छ होणार नाही हे पाहिले जाते. त्यातले मासे हे खाण्यासाठी योग्य असणार. शिवाय ताजे, स्वतः पकडून आणलेले मासे घरी बनवण्याचा आनंद वेगळाच!

तिथून आम्ही दुसऱ्या एका छोट्या बेटावर गेलो. तिथे वर चढून गेल्यावर समोर समुद्र तर दिसत होताच परंतु काही मोठ-मोठाले समुद्रामधील कातळही दिसत होते. अत्यंत सुंदर देखावा होता. समुद्रामधले कातळ इतके मोठे होते की रात्रीच्या वेळेस ते नजरेस नाही पडले तर त्यावर बोट आपटून अपघात होऊ शकतो. मला

आजूबाजूला कुठेही समुद्रावर असते तसे लाईट हाऊस दिसले नाही. बहुदा रात्रीच्या वेळेस तिथे बोटी चालवायला बंदी असावी.

काही वेळाने आम्ही तिथून निघालो. जेवलो आणि परतीच्या प्रवासाला निघालो. वाटेत एक स्ट्रॉबेरी आणि त्यापासून बनवलेल्या पदार्थांचे दुकान लागले. तिथे 'इचीगो दाइफुकु' असा एक स्ट्रॉबेरीचा गोड पदार्थ मिळतो तो घेतला. तांदुळाच्या पीठापासून बनवलेला तो पदार्थ फार चविष्ट असतो. तांदुळाचा पांढरा रंग आणि त्यात स्ट्रॉबेरीचा रंग असे अप्रतिम कॉम्बिनेशन असते.

परतत असताना समुद्राच्या क्षितिजावर परत फुजीचे दर्शन झाले. आज दिवसभरच तो दिसत होता. वेगवेगळ्या स्वरूपात आणि रंगात. श्री मेहता एकटे कार चालवत होते. मी त्यांची खूप आभारी होते. त्यांच्यामुळे आज इझु बेटावर जायला मिळाले होते. जिथे ट्रेन जात नव्हती. मी एकटी नक्कीच जाऊ शकले नसते. जपानमध्ये कारचा प्रवास जवळ जवळ होतच नाही कारण मला स्वतःला कार चालवता येत नाही आणि ट्रेन किंवा बसने प्रवासाची सोय सगळीकडे आहे. परंतु अशा काही जागा आहेत जिथे कारनेच जावे लागते. त्यापैकी ही जागा होती. श्री. मेहता आणि ऐश्वर्यामुळे मला इझु पाहायला मिळाले. श्री. मेहता पुणे इथे शिकायला होते. त्यावरून आमच्या बऱ्याच गप्पा झाल्या. टोकियोला ऐश्वर्या भेटणे, तिच्याकडे मी राहायला जाणे किंवा तिथे मेहता यांची ओळख होणे सगळंच काही ऋणानुबंध असल्यासारखे होते.

उद्या मला अनुपमा भेटणार होती.

मी आणि अनुपमा २००८ मध्ये टोकियोमध्ये एकत्र घालवलेले दिवस भरभर डोळ्यासमोर आले. तिला भेटायला मी खूप उत्सुक होते...

६४. कामेइदो आणि अनुपमाची भेट

अनुपमा तिच्या मुलीकडे रश्मीकडे राहायला आली होती आणि तिचा मला मेसेज आला की टोकियोमध्ये असलीस तर नक्की भेटू. दोघीही व्यस्त असल्यामुळे पुण्यात असून सुद्धा कधी कधी ४/४ महिने भेट होत नाही. आता टोकियोमध्ये तरी भेटूया असे ठरले.

माझ्याकडे आणि तिच्याकडे पोर्टेबल वायफाय नव्हते. तरीही आम्ही जुन्या पद्धतीनुसार भेटायचे ठरवले. ऐश्वर्याही सोबत असणार होती. आम्ही दोघींनी कामेइदो स्टेशनवर भेटायचे ठरवले. ऐश्वर्याला खूप आश्चर्य वाटले की आम्ही मोबाईल फोनवर संपर्क करू शकणार नव्हतो तरी मग कसे भेटणार होतो?

आम्ही जेव्हा २००८ मध्ये जपानला होतो तेव्हा कुठे आमच्याकडे स्मार्ट फोन होते? तरीही आम्ही फिरायचो, रस्ते शोधायचो, ठरलेल्या जागी न चुकता भेटायचो. कधीतरी रस्ता चुकत असू. हे सगळे आताच्या स्मार्ट फोनवर क्षणोक्षणी अवलंबून असणाऱ्या मुलांना अवघड वाटत असणार. तसेच ऐश्वर्याचे झाले. मी तिला सांगितले की आम्ही वेळ आणि जागा ठरवली जी आम्ही दोघींनी पाहिली नाही आहे परंतु जपानच्या वेळेवर असणाऱ्या ट्रेन्स आणि बाहेर पडायच्या जागा निश्चित ठरवल्या तर तसे काही कठीण नाही. आम्ही कामेइदोच्या दक्षिण दरवाजाकडे सकाळी साडेदहाला भेटायचे ठरवले आणि बरोबर साडेदहाला अनुपमा जिन्यावरून उतरताना दिसली.

एकमेकींना भेटून खूप आनंद झाला. १५ वर्षापूर्वी एकत्र घालवलेले दिवस भरकन डोळ्यासमोरून गेले. तशी अनुपमा फारशा भावना प्रगट करत नाही. माझ्या डोळ्यात पटकन पाणी येते किंवा मी भावविवश होते. तिला ते माहीत आहे. मला म्हणाली, "चल आज खूप फिरून मजा करू."

आम्ही आधी कामेइदोच्या देवळात जायचे ठरवले. ते देऊळ स्टेशनपासून चालत १५ मिनिटे होते.

तिथे आम्हाला एक वेगळाच कार्यक्रम दिसला. एका वाहत्या पाण्याच्या घसरगुंडीवरून माशांना तलावात सोडायचे होते. ते मासे खाली जात असताना त्यांना "गांबारे.... गांबारे...." म्हणजे प्रोत्साहन देणारे शब्द म्हणायचे होते. लहान मुलांना हे समजावले जात होते की पाण्यातून बाहेर काढून हे मासे जेव्हा घसरगुंडीवरून सोडले जातात तेव्हा ते पाण्यातून बाहेर आल्यामुळे घाबरतात. त्यांना परत पाण्यात सोडताना प्रोत्साहन देऊन सोडायचे. ते तळ्यात परत पडले की टाळ्या वाजवयच्या असा तो कार्यक्रम होता. हे म्हणजे 'जीवनात जरी कठीण प्रसंग आले तरी आपल्याला साथ देणारे आपले मित्र, आई-वडील, गुरुजन असतात, ज्यांच्यामुळे आपण तशा प्रसंगांना तोंड देतो' अशी ती शिकवण होती.

आम्ही तिथून पुढे आलो तर प्रशस्त देऊळ आणि आजूबाजूला हिरवीगार झाडे होती. तळी होती. तळ्यात असंख्य कामे (जपानी भाषेत कासवाला 'कामे' म्हणतात) होती. त्या देवळाला कामेइदो

असेच नाव होते. 'इदो' म्हणजे विहीर. थोडक्यात कासवाची विहीर. तिथे एक झाड होते जे मी पहिल्यांदाच पाहिले. लहान मुलांची दुधाची बाटली धुवताना जो गोलाकार ब्रश वापरतात तसा आकार होता त्या फुलांचा. अनुपमाने सांगितले की ह्या झाडाला 'बॉटल ब्रश' असेच म्हणतात. काय की एक एक नवल! अतिशय सुरेख लाल रंग होता फुलांचा. मी एक व्हिडीओ काढला.

नंतर आम्ही शाकाहारी जेवण जेवायचे ठरवले. याचे कारण ऐश्वर्या आणि अनुपमा दोघीही शाकाहारी आहेत. ऐश्वर्याने जवळच असलेले भारतीय ते सुद्धा दक्षिण भारतीय रेस्टॉरंट मॅपवरून शोधून काढले आणि आम्ही लेमन ट्री या भारतीय रेस्टॉरंटमध्ये शिरलो.

जेवण अप्रतिम आणि स्वादिष्ट होते. तिथे आलेले जपानी आजी-आजोबा, नवरा-बायको, मित्र-मैत्रीणी सगळेच अगदी नेहमी भारतीय जेवण जेवत असल्यासारखे हाताने व्यवस्थित जेवत होते. तिथल्या मालकाला आम्ही विचारले की किती वर्षे झाली ह्या रेस्टॉरंटला? तेव्हा त्यांनी सांगितले, "३ वर्षे झाली आणि बरेच प्रसिद्ध झाले आहे जपानी लोकांमध्ये." आम्हाला ते दिसत होतेच. आम्ही जेवण झाल्यावर मग एका मॉलमध्ये गेलो जिथे आम्हाला रश्मी भेटणार होती. रश्मी आणि ऐश्वर्या मॉल फिरत असताना मी आणि अनुपमाने मात्र बाहेर रस्त्याच्या कडेला असलेल्या बाकावर बसून गप्पा मारत, समोरच्या बागेमधली मजा बघत, संध्याकाळ होताना सुटलेला थंडगार वारा अंगावर घेत छान वेळ घालवला. नंतर मी आणि ऐश्वर्याने अनुपमा आणि रश्मीचा निरोप घेतला.

मी आणि ऐश्वर्याने मग 'स्काय ट्री'पर्यंत जायचे ठरवले.

खूप चाललो. स्काय ट्री जसाजसा जवळ येत होता, तसेतसे त्याचे सौंदर्य अजूनच छान दिसत होते. त्याचे फिरणारे रंग, उंची, आणि कितीही दूरवरून दिसणारी त्याची आकृती!

आम्ही अगदी पायथ्याशी पोहोचलो आणि खूप फोटो काढले.

आता मात्र दमायला ही झाले होते आणि भूक ही लागली होती. उद्या सकाळी मला पुण्याला यायला निघायचे होते.

मग आम्ही जेवून घरी गेलो.

दुसऱ्या दिवशी ऐश्वर्याला ऑफिस होते. मी तिचा निरोप घेतला. "परत येईन नक्की पण केव्हा ते माहीत नाही. नीट रहा". मला तिला एकटीला सोडून जाताना वाईट वाटत होते. पण परत भेटण्यासाठी दूर जावेच लागते.

मी स्टेशनची वाट पकडली, विमानतळ गाठायचा होता.

परत नक्की येईन असे तिथल्या भूमीला सांगत असताना विमानाने आकाशात झेप घेतली होती....

६४. समारोप

यावर्षी काही वेगळेच घडले. ज्याची मी ३ वर्षे वाट पाहिली; ज्या प्रवासाची मला ओढ होती आणि कोरोनामुळे ते शक्य नव्हते ते या वर्षी घडले.

फेब्रुवारी-मार्च मधली माझी ट्रीप बऱ्यापैकी मोठी होती. त्यामानाने एप्रिलची शैक्षणिक सहल कमी दिवसांची होती. तरीही कार्यक्रम बरेच होते. टोकियोला यावेळेस मी नेहमीपेक्षा बरेच जास्त दिवस राहिले. परंतु माझे मन टोकियोमध्ये रमत नाही. कानसाइ अजून कितीतरी पाहायचे आहे. तसा तर कोणताच देश इतक्या कमी दिवसात पाहून होत नाही. मी शरद ऋतूमध्ये परत एक शैक्षणिक सहल काढायचे ठरवले. ज्यात फक्त ओसाका, कोबे, नारा आणि क्योतो हीच ठिकाणे असणार होती. मला क्योतो मधली चिनारची रंग बदलणारी झाडे बघायची होती. गिंकगो झाडांची पाने जमा करायची होती. कधी न गेलेल्या ठिकाणांवर जाऊन त्या जागा पाहायच्या होत्या.

जपानहून निघताना परत जपानला येण्याचा विचार करणे हे इतरांच्या दृष्टीने भले विचित्र असेल परंतु आता मला जमेल तितके आणि जमेल तसे राहिलेले जपान बघायचे आहे. हा विचार मनात दृढ होत चालला आहे.

जपान तुम्हाला बोलावते आणि ती योग्य वेळ तुम्ही साधायला हवी. ओढ ही दोन्ही बाजूने असावी लागते. माझे ऋणानुबंध आहेतच आणि माझी जपान भ्रमंती तर चालू राहणार.....

परिशिष्ठ

शैक्षणिक सहलीतील विद्यार्थ्यांचे अभिप्राय

हिताची ग्रुप ऑफ कंपनीमध्ये रुजू झाल्यावर, आपल्या हिताची परदेशी भाषा शोधत असताना २०१३ साली जपानी भाषेसोबत बंध जोडला गेला. या प्रवासात भेटलेल्या उत्तम मार्गदर्शिका म्हणजे माझ्या लाडक्या सेनसेइ, सुजाता गोखले. आज १० वर्ष होऊन गेली तरी अजूनही मी त्यांच्या संपर्कात असते. जपानच्या शैक्षणिक सहलीबद्दल मला सेनसेइंकडून कळले, आणि इतर कुठलाही विचार न करता जपानला जाण्याचे ठरवून टाकले. फिरायला जाणं आणि स्टडी टूरला जाणं यामधे खूप फरक आहे. मी या ट्रीपमधून, विशेषतः सेनसेइंकडून खूप गोष्टी शिकले, त्या आज नमूद करत आहे.

प्रत्येक गोष्टीकडे बारकाईने बघणे. जपानचे रस्ते असोत; रस्त्यावरचे ड्रेनेजचे झाकण असो वा दिवे असोत सगळं नीट निरीक्षण केलं. निसर्गाने केलेली रंगांची उधळण, तिथली घरे, परस बागेतील सजावट, उंच इमारती पाहिल्या. जपानी माणसं निसर्गावर प्रेम करतातच मात्र सुरक्षिततेबाबतही फार दक्ष आहेत हे त्यांच्या घरासमोर, दुकानासमोर, तसेच ट्रेन-बस-ट्राम मधे प्रवास करताना.... जागोजागी दिसत होते.

पूर्ण ट्रीपमधे "काही गोष्टी अशा का आहेत" असा प्रश्न कधी आम्ही सेनसेइंना तर कधी त्या आम्हाला विचारत. त्यातून मनात पडलेल्या

सगळ्या प्रश्नांची उत्तरं मिळायची. प्रत्येक ठिकाणी जाण्याआधी आम्हाला त्याची पार्श्वभूमी सांगितली गेली. त्यामुळे तिथे जाऊन काय काय बघायचं यावर लक्ष केंद्रित करणं सहज आणि सोपं झालं. जपानचे लोक किती उत्साही, क्रिएटिव्ह, शिस्तप्रिय आहेत हे अनुभवलं. पाहिलेलं प्रत्येक ठिकाण काही ना काही सांगत होतं, शिकवत होतं. त्यातील एक आवर्जून सांगावी अशी जागा म्हणजे हिरोशिमा पीस म्युझियम. कोणत्याही कठीण परिस्थितीला सामोरे जाऊन आयुष्याची बाग सुंदर फुलवायची हे आम्ही म्युझियम पाहताना शिकलो. परिस्थितीला सामोरं जाणं जमलं की आयुष्यात अवघड असं काहीच नाही.

सेनसेईंना मुलांमधेच नव्हे तर प्रत्येक वयाच्या लोकांसोबत उत्तम जुळवून घेता येतं. त्यांना पाहत पाहत माझ्या सोशल स्किल्स सुधारल्या. त्यांच्यासोबत एकच रूममधे राहण्याचा अजून एक फायदा असा झाला की आल्यावर एखाद्या मैत्रिणीसारख्या खूप गप्पा मारता यायच्या. अगदी रूमचं निरीक्षण करणं सुद्धा आम्ही सोडलं नाही. आमच्या वाईब एवढ्या जुळायच्या की आमच्या ड्रेसची रंगसंगतीही जुळून यायची. खरेदी करताना कोणत्या गोष्टी वापरण्यासाठी घ्याव्यात आणि कोणत्या गोष्टी फक्त जपण्यासाठी हे सेनसेईंकडून शिकले. मला या स्टडी टूरमधे शिकलेल्या सगळ्या गोष्टींचा फायदा दुसऱ्या देशात फिरताना होतोय. देश कसा बघावा याचा भक्कम पाया तयार झाला आहे. अर्थातच आता जगाच्या

पाठीवर कुठेही गेले तरी मजा येणारच. मी माझा भाग्य समजते की आयुष्यात असे शिक्षक मला लाभले.

आमच्यावर आईच्या मायेने प्रेम करणाऱ्या शिक्षिकेला कधीही विसरता येणार नाही. आजही काही नवीन दिसलं की आधी त्यांना मेसेज करते. कधी मेसेज नाही केला तरी मनात त्यांच्या सोबत संवाद होतो. कारण ती शैक्षणिक नाळ जोडलेली आहे. लव्ह यू सेनसेइ.

- प्रियांका अडसूळ

'पुलं'च्या पुस्तकात वाचलेला जपान एकदा तरी पाहावा असं मनात होतंच. पुढे जपानी भाषा शिकायला लागल्यावर तर ती ओढ अजूनच वाढत गेली. ती ओढ वाढण्याचं खरं श्रेय जातं ते सुजाता सेनसेइ यांना. सुजाता सेनसेइ सतत आम्हाला जपान, जपानी भाषा आणि जपानी माणसे याबद्दल इतकं सांगायच्या की वाटायचं एकदा तरी जपानचं दर्शन व्हावं. ते ही सुजाता सेनसेइंबरोबरच. आणि तशी संधी सेनसेइंनीच उपलब्ध करुन दिली. मग अशी आलेली संधी मी सोडेन कशी! तात्काळ स्टडी टूरसाठी होकार देऊन मी जपानला जाण्यासाठी सज्ज झाले.

कुठलाही देश केवळ पर्यटन स्थळ म्हणून न बघता त्या देशाची संस्कृती सुद्धा जाणून घ्यायची असेल तर अशा स्टडी टूर कराव्यात असे मला वाटते. आम्हालाही या टूरने खूप काही दिले. खूप काही शिकवले. माझा तर पासपोर्ट ही नसल्याने तो कसा काढायचा इथपासूनचा अभ्यास या स्टडी टूरमुळे करता आला. आमचा हा जपान दौरा अगदी अविस्मरणीय होता. मग ऑल निप्पोन एअरवेज (ANA) या जपानच्या द बेस्ट एअरलाईन्सने केलेला प्रवास असो नाहीतर तिथे बघितलेली मंदिरे असोत किंवा सृष्टीसौंदर्याने नटलेला जपान असो किंवा बुलेट ट्रेनचा अनुभव असो, नाहीतर कल्चरल डे मधला पारंपारिक डान्स असो नाहीतर राकुगो म्हणजे सिटिंग कॉमेडीचा कार्यक्रम असो, सर्वच अगदी सुखद आणि स्वप्नवत होते.

सेनसेइंकडून जपानबद्दल कायम ऐकले होते की जपान म्हणजे देशप्रेम, भाषाप्रेम, शिस्तबद्धता, स्वच्छता, निसर्गप्रेम, सहनशीलता

या सगळ्याचा सुंदर मिलाफ! तिथे गेल्यानंतर या सगळ्याची प्रचिती आम्हाला पावलो पावली येत होती. केवळ जपानी माणसाच्या भाषेवरच्या प्रेमामुळेच पार्लमेन्टसारख्या ठिकाणी आम्ही जपानी भाषा शिकवणा-या संस्थेतून आलो म्हणून सर्वात आधी आत जाण्याचा मान आम्हाला मिळाला. आपल्याही भाषेवर असंच मनापासून प्रेम करता यावं असं राहून राहून वाटून गेलं. वेळ पाळणारा देश अशी जपानची ओळख आहेच. काही सेकंदाच्या फरकाने ही खूप नुकसान होऊ शकते म्हणून वेळ पाळणे महत्त्वाचे आहे.

त्यासाठी वेळेचे नियोजन कसे करावे हे या टूरमुळे शिकता आले. ते नुसतेच न शिकता त्याचा उपयोग भारतात परत आल्यानंतरही केला जात आहे हे मला अगदी आवर्जून सांगावेसे वाटत आहे. कितीही वय झाले तरी सतत कार्यरत राहण्याची ऊर्जा मला पारंपारिक डान्स करणा-या सत्तरीतल्या आजी आजोबांनी दिली.

हिरोशिमाला भेट दिल्यानंतर युद्धाचा किती खोलवर परिणाम होऊ शकतो हे बघून मन अस्वस्थ झाले. पण दुःख कुरवाळत न बसता, ते न विसरता त्यातून धडा घेऊन नव्या उमेदीने पुढे जावे हे जपानकडून शिकण्यासारखे आहे. कितीही संकटे आली तरी त्यातून तावून सुलाखून निघून त्याच जोमाने पुढे जात राहण्याची प्रेरणा मला जपानने दिली.

जपानवरुन परत येताना मी जगण्याची नवीन ऊर्मी घेऊन आले आहे असे मला वाटते. असे जगणं समृद्ध करणारे अनुभव ह्या जपान दौ-याने मला दिले. त्यासाठी सुजाता सेनसेइ आणि नचिकेत सान (आमचा ट्रिप ऑरगनायझर) यांची मी शतशः ऋणी आहे.

- अनुजा गांगुर्डे

जपान: एक स्वप्नपूर्ती

शाळेत असताना उगवत्या सूर्याचा देश म्हणून जपानची ओळख झाली. भूगोलाच्या पुस्तकातील सुंदर किमोनो (जपानची पारंपारिक वेशभूषा) घातलेल्या जपानी बाहुलीचा फोटो पाहून जपानने मनात घर केलं. त्याचीच परिणती पुढे जपानी भाषा शिकण्यात आणि नंतर शिकवण्यात झाली. जपानी भाषा शिकण्याच्या ओढीने मी पुण्यात आले आणि सुजाता सेन्सेईंसारख्या जपानी भाषेची आवड असलेल्या शिक्षिका मला लाभल्या. त्यांनी फक्त आम्हाला भाषाच शिकवली नाही तर जपानच्या सांस्कृतिक आणि सामाजिक व्यवस्थेशी ओळख करून दिली. 'माझ्या प्रत्येक विद्यार्थ्याने एकदा तरी जपान पहायलाच हवे' ही त्यांची मनापासूनची तळमळ आणि आमची जपानला जाण्याची तीव्र इच्छा याचे एकत्रित फळ म्हणजे आमची पहिली जपान स्टडी टूर.

स्टडी टूर म्हणजे केवळ पर्यटन नाही तर आपण त्यातून बरंच काही शिकत असतो. या स्टडी टूरमध्ये शिकण्याची सुरुवात जपानचा व्हिसा काढण्यापासूनच झाली.

अदिती अ‍ॅकॅडमीमध्ये जपानी भाषा शिकत असताना माझा क्लासमेट नचिकेतसान जो आता दहा-बारा वर्षापासून तिथेच जॉब करतो तोच आमचा जपानमधील टूर गाईड होता. त्याने पाठवलेली हॉटेल बुकिंगची सगळी डॉक्युमेंट्स जपानी भाषेतच होती.

त्यामुळे त्यातील कांजी वाचून अर्थ समजावून घेणे हा ही एक अभ्यासच होता. आमची एअरवेज कंपनी ANA जपानीच होती. त्यामुळे विमानात जाण्यापासूनच जपानी भाषेतून संवाद चालू झाले होते. विमानात देण्यात येणाऱ्या टिशू पेपरपासूनच जपानी लोकांचे निसर्गाबद्दलचे प्रेम दिसून येत होते. आम्हाला देण्यात येणारा टिशू पेपर 'माच्चा'च्या उरलेल्या पानांपासून बनवले होते. टिशू पेपरसाठी झाडे तोडायला लागू नयेत म्हणून जपानी लोकांनी हा उपाय शोधून काढला आहे.

नरिता विमानतळावर उतरल्यानंतर आम्ही भारावूनच गेलो. स्वच्छतेच्या बाबतीत जपान जगात नंबर वन आहे. त्याचे प्रत्यंतर पूर्ण टूर संपेपर्यंत पदोपदी येत होते. 'अतिथी देवो भव:' या उक्तीचे प्रत्यंतर घ्यायचे असेल तर जपानलाच जायला हवे.

ANAच्या हवाई सुंदरींपासून ते आमच्या 'कल्चरल-डे'ला आलेल्या जपानी विद्यापीठाच्या प्राध्यापकांपर्यंत प्रत्येक जण आमचे स्वागत अगदी आपुलकीने करत होता. आपल्याकडे येणाऱ्या पाहुण्यांचे आदरातिथ्य कसे करावे हे शिकावे जपानी लोकांकडूनच.

जपान हा देश वेळेच्या बाबतीत किती काटेकोर आहे याचा अनुभव आम्हाला टूरच्या पहिल्याच दिवशी आला. नरिता विमानतळापासून टोक्योमध्ये फिरून आम्ही आमच्या राहण्याच्या ठिकाणी पोचणार होतो. त्यासाठी नचिकेत सानने एक बस ठरवली होती. त्या ड्रायव्हर काकांची इयुटी रात्री आठला संपणार होती आणि त्याआधी त्यांना

आम्हाला आमच्या राहण्याच्या ठिकाणी पोहोचवायचे होते. पण आमच्या काही मैत्रिणींना आसाकुसाला खरेदी करताना वेळेचे भान राहिले नाही, ते सहाजिकच होते कारण जपानी लोकांनी अत्यंत आकर्षक रीतीने मांडलेल्या सुबक गोष्टी पाहताना आणि विकत घेताना भान हरपायलाच होते; पण त्यामुळे त्यांना बसमध्ये यायला उशीर झाला. तरीही ड्रायव्हर काकांनी टोकियोच्या ट्रॅफिक मधून बरोबर आठ वाजता आम्हाला आमच्या राहण्याच्या ठिकाणी पोहोचवले. त्यांनी आपली ड्युटी ही वेळेत संपवली आणि आमची गैरसोयही होऊ दिली नाही. खरचं वेळेचे व्यवस्थापन कसे करावे हे जपनी लोकांकडून शिकण्यासारखे आहे.

नवीन तंत्रज्ञान आत्मसात करताना जपानी लोकांनी जुन्याची साथ ही सोडलेली नाही. अद्यायावत आणि सर्व सोयींनी युक्त अशा रेल्वे स्टेशन बरोबरच जपानी लोकांनी पुरातन आणि पूर्ण लाकडाने बनलेली मंदिरेही तेवढ्याच आस्थेने जतन केली आहेत. मंदिराच्या सौंदर्याला बाधा न आणता खूप जुन्या लाकडाच्या मंदिरांची देखभाल करणे म्हणजे सातत्य आणि चिकाटी या दोन्हीचाही कस लागतो. परंतु जपानने हे अगदी लीलया केले आहे. मंदिराबाहेरील परिसर सुद्धा रंगीबेरंगी फुलांनी आणि विविध प्रकारच्या झाडांनी सुशोभित केला आहे. आपणही आपल्या किल्ल्यांच्या दृष्टीने असा विचार नक्कीच करू शकतो. तंत्रज्ञान आणि निसर्ग यांचा सुंदर मिलाफ जपानमधे जागोजागी पाहायला मिळतो. ते जपण्यात प्रत्येक जपानी माणसाचा खारीचा वाटा आहे. आमच्या स्टडी टूरच्या शेवटच्या

दिवशी सुजाता सेन्सेईंनी आणि नचिकेत सानने ओसाकामधे कल्चरल-डे आयोजित केला होता. त्यामध्ये किमोनो नेसून सादो (Tea ceremony) आम्ही साजरा केला.

वज्रासनामध्ये बसून माच्चा कसा बनवायचा आणि कसा ओकाशी बरोबर सर्व्ह करायचा; हेही आम्हाला तिथे शिकवलं गेलं. इकेबाना आणि ओरिगामी सुद्धा शिकलो. ओरिगामीमधे आम्ही त्सुरू (क्रेन पक्षी) बनवला. दोन आजोबांनी केलेला राकुगो (बसून केलेली कॉमेडी) आणि आजी-आजोबांनी बांबूच्या प्रॉपने केलेला जपानचा पारंपारिक डान्स आम्हाला वेगळीच ऊर्जा देऊन गेला. फक्त याच आजी-आजोबांकडून नाही तर स्वतःच्या हाताने आमच्यासाठी खास व्हेज ओकोनोमियाकी बनवलेल्या आजोबांकडून सुद्धा सतत कार्यमग्न राहण्याची शिकवण मिळाली. स्वयंशिस्त, जुने जतन करण्याची आणि नवे स्विकारण्याची वृत्ती, अगदी लहानपणापासून असलेली स्वच्छते बद्दलची जागरूकता, देशाभिमान आणि परकीय देशांबद्दल आदर अशा अनेक गोष्टी आम्हाला तिथल्या लोकांच्या वागणुकीवरून समजल्या. त्याचबरोबर छोट्या छोट्या गोष्टीत सुद्धा कलात्मक पद्धतीने केलेली निसर्गाची जोपासना, यातून दाखवलेल्या त्यांच्या सौंदर्यदृष्टीने आम्हाला प्रेरित केले. अशा या जपानला पुन्हा यायचं आणि भारतात गेल्यावर यातील जे काही आचरणात आणता येईल ते आणायचं, अशी स्वयंप्रेरणा आणि सकारात्मक ऊर्जा घेऊन मन आणि विमान एकाच वेळी आकाशात झेपावले.

- सुमेधा देशपांडे

लेखिकेबद्दल

सुजाता गोखले (जपानी भाषेत M.A. आणि अदिती अकादमीच्या संस्थापक) यांना जपानी भाषा शिकवण्याचा आणि अनुवाद करण्याचा दोन दशकांहून अधिक कालावधीचा अनुभव आहे. विविध शिक्षण पद्धतींचा अवलंब करण्यावर त्यांचा विश्वास आहे, ज्यामुळे जपानी शिकण्याची प्रक्रिया त्यांच्या विद्यार्थ्यांसाठी मनोरंजक आणि आव्हानात्मक बनते. त्यांची कार्यपद्धती विद्यार्थ्यांना त्यांचे ज्ञान वाढवण्यास आणि जपानी भाषेच्या विविध पैलूंवर प्रभुत्व मिळविण्याची त्यांची क्षमता वाढविण्यात मदत करते. अदिती अकादमीमध्ये शिकवत असताना, त्या कॉर्पोरेट प्रशिक्षण, ऑनलाइन प्रशिक्षण आणि विविध सेमिनार देखील घेतात. त्यांचे ब्रीदवाक्य आहे "शिकणे कधीही थांबवू नये"

सुजाता गोखले आणि त्यांच्या जपानी भाषा अकादमीबद्दल अधिक जाणून घेण्यासाठी कृपया **www.aditiacademy.in** वर लॉग इन करा.